सांध्यपर्वातील वैष्णवी

'सांध्यपर्वातील वैष्णवी' हा कवी ग्रेस यांचा चौथा कवितासंग्रह. दरम्यान 'चर्चबेल' व 'मितवा' हे दोन ललितबंध आपल्या हाती आले आहेत आणि त्याद्वारे मराठीतल्या या एका झपाटलेल्या आत्मनिमग्न कवींच्या जाणीवेची हळुवार मर्मस्थळे हळूहळू उलगडलीशी वाटू लागली आहेत.

दुपारच्या उन्हाने व रात्रीच्या भयाने व्याकूळ होणारी या कवीची जाणीव सुरुवातीपासूनच संध्याकाळच्या शोधात भिरभिरत होती, ती आता सांध्यपर्वात स्थिरावली आहे. प्रदीर्घ काळ मनाचा पाठलाग करणाऱ्या प्रतीकांचे बळ आणि संकेतांच्या धुक्याचे दाट सावट सांभाळत ही कविता आता सांध्यपर्वाच्या रोखाने सखोल अवगाहन करते आहे. त्या विलक्षण सांध्यमुहूर्ताच्या सर्व कळा निरखून बघण्याच्या गंभीर शोधात निमग्न झाली आहे.

म्हणजेच, संध्याकाळचे रूपांतर आता सांध्यपर्वात झाले आहे. एक छोटासा अल्पजीवी मुहूर्त पर्व होऊन गेला आहे. हे स्थूलाकडून सूक्ष्माकडे जाणे की सूक्ष्मातून स्थूलाकडे? कवी म्हणेल, या स्थूल-सूक्ष्म भेदामध्येही कुठेतरी असेलच ना एक लहानसा संधिकाल? तो सहजासहजी चिमटीत सापडत नाही म्हणून त्याचा पाठलागच सोडून द्यायचा काय?

D1652015

ग्रेस यांचे प्रकाशित साहित्य

काव्यसंग्रह
संध्याकाळच्या कविता (१९६७)
राजपुत्र आणि डार्लिंग (१९७४)
चंद्रमाधवीचे प्रदेश (१९७७)
सांध्यपर्वातील वैष्णवी (१९९५)
सांजभयाच्या साजणी (२००६)
बाई! जोगियापुरुष (२०१३)

ललित लेखन
चर्चबेल (१९७४)
मितवा (१९८७)
संध्यामग्न पुरुषाची लक्षणे (२०००)
मृगजळाचे बांधकाम (२००३)
वाऱ्याने हलते रान (२००८)
कावळे उडाले स्वामी (२०१०)
ओल्या वेळूची बासरी (२०१२)

सांध्यपर्वातील वैष्णवी

ग्रेस

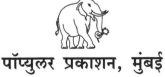

पॉप्युलर प्रकाशन, मुंबई

सांध्यपर्वातील वैष्णवी
(म–५१९)
पॉप्युलर प्रकाशन
ISBN 978-81-7185-524-7

© २००१, राघव ग्रेस

पहिली आवृत्ती : १९९५/१९१७
दुसरी आवृत्ती : २००१/१९२३
दुसरे पुनर्मुद्रण : २०१९/१९४१
तिसरे पुनर्मुद्रण : २०२१/१९४३
चौथे पुनर्मुद्रण : २०२३/१९४५

मुखपृष्ठ आणि चित्रे व मांडणी
सुभाष अवचट

प्रकाशक
अस्मिता मोहिते
पॉप्युलर प्रकाशन प्रा.लि.
३०१, महालक्ष्मी चेंबर्स
२२, भुलाभाई देसाई रोड
मुंबई ४०००२६

अक्षरजुळणी
पॉप्युलर प्रकाशन प्रा.लि.
३०१, महालक्ष्मी चेंबर्स
२२, भुलाभाई देसाई रोड
मुंबई ४०००२६

मुद्रक
रेप्रो इंडिया लि.
लोअर परेल, मुंबई ४०००१३

SANDHYAPARVATIL VAISHNAVI
(Marathi : Poetry)
Grace

।। आत्मनिवेदन ।।

आत्मनिवेदन
मी
'वैष्णवी' पुढे
करतोय.
आणखी कुणापुढे
करतात?
'वैष्णवी'ची पाऊले
मांडतांना मी त्या त्या
पाऊलांच्या जागीच
गेलो; नव्हे 'वैष्णवी'ने
मला त्या त्या वेळी
आपल्या पाऊलमार्गावर
आणून उभे
केले.
कलता दिवस, त्यापुढे बावरलेली
संध्या आणि रात्रीचे पालाण
पडण्या अगोदर गाठायचा गाव!
अशीच 'वैष्णवी' नीत येत राहिली...
मलाही नेत राहिली, नेत राहील
एकतारीवर.

।। अर्पणपत्रिका ।।

आत्म्याच्या
नितळ
काचेवर पडलेले
त्या नदीचे
संध्याकालीन
प्रतिबिंब
नंतर हलत
राहिले;
हलतच राहिले...
नात्यागोत्याची नसलेली
चार परकी माणसे,
वाळूवर मी आणि
तुझा पिंड...
हैराण झाले चौघेही;
फक्त एक खार
इकडून तिकडे
निघून गेली...
नदीवर डोळे ठेवून
मी तिची करुणा
भाकू लागलो –

माते! त्याला धाड,
धाऽऽऽड त्याला...
झाडीमागून तो आला,
आईचा पिंड
स्पूर्शून गेला.
तुझ्या या सरितापर्वात
आठवतेय
ती नदी आणि

कृतज्ञतेने भारावलेले
माझे लहानसे शरीर...
त्या नदीला आणि
तुलाही नाही;
सांध्यपर्वातील वैष्णवी
अर्पण करायची
त्या कावळ्याला;
मी
अर्पण
करतोय
त्याला...

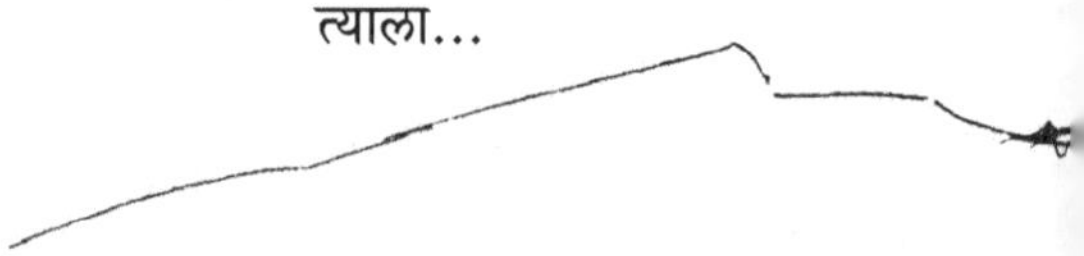

।। ऋणानुबंध ।।

रामदास
सुभाष

।। अनुक्रमणिका ।।

प्रार्थनापर्व

हिवाळ्यातील क्लॅरिअनेट / ३
कुलस्वामिनीची प्रार्थना / ५
गारव्याची प्रार्थना / ६
कवटीची प्रार्थना / ७
उन्हाची प्रार्थना / ८
स्रग्धरेच्या प्रार्थना / १०
गाई / १८
नदीच्या पार / २०
देवी / २१
साजणभिक्षा / २३
भयकृष्ण / २५
कालिंदी / २६
द्विदल कविता / २८
नदीवरचा पाऊस / ३०
काव्यभूल / ३२
स्वामी / ३३
विनवणी / ३५
निरंग / ३७
घनसूत्र : त्रिदल / ३८
भुताची सावली / ४०
भिक्षेची कविता / ४०
चंद्रशैली / ४१
सवतीचा उखाणा / ४२
संकल्प / ४३
मुलींचे शालीन मागणे / ४४
संन्यासी / ४५
प्रार्थना / ४६
पानवेचणी, गळतीची / ४६

हिवाळ्यातील प्रार्थनापूर्व संध्याकाळी / ४७
समजूत मुलाची / ४९
सांजवेळेचा प्रपंच / ५०
चांदी / ५१
शकुनफुलांचे दिवे / ५२

सांध्यपर्व

बाईचे घरी येणे / ५७
कवी / ५८
कुवारणीची कैफियत / ५९
आठवण / ६०
अश्वत्थामा / ६१
नवलगीत / ६२
डोमकावळा / ६३
हाडांची सावली / ६४
हात / ६४
वहिनी / ६५
तीन गाणी / ६६
पान्हा / ६९
अस्तशेज / ७०
नवरीचे उखाणे / ७१
गंगा / ७४
लता मंगेशकर / ७५
कंदील / ७६
वाळवीच्या साली / ७७
पत्र / ७८
शोध / ७९
करुणा / ८०
मुलींच्या कविता / ८२
रांगोळी / ८६

प्रश्न / ८७

अर्थविपर्यासाचे उखाणे / ८८

सांगावा / ८९

वैखरी / ९०

ती अशी / ९२

तिची समजूत / ९३

उरलेल्या घराचे गाणे / ९४

हिवाळा / ९५

कन्येची समजूत / ९६

तारा / ९६

बाग / ९७

पुरुषाचे गणगोत / ९८

जॅपनीज रेस्टॉरंट सोडल्यानंतरचे स्मरण / १००

माऊली / १०३

मित्र / १०४

चिंधी / १०५

अंतरंगवेळ / १०६

संध्यादेवीची बाहुली / १०७

दोन मुली / १०८

जिवाची वैष्णवी / १०९

सखीची मुलगी / १११

संभव / ११३

कवितासंभव : द्विदल / ११४

थेंब / ११७

सती / ११८

कोसळलेले घर / १२०

सांगातिणी / १२२

चार माकडे / १२३

हिमसंध्या / १२५

बकुळा / १२७

वेध / १२८

आणखी एका पोरीची कविता / १२९
सारंगा / १३०
गाणे / १३२
वृत्त / १३३
अश्वदूत / १३५
सांध्यपर्वातील वैष्णवी / १३६
सल / १३९
सूर्यास्त, कावळा आणि पिंडाचा गाव / १४०
संध्याकाळचे मागणे / १४२

दृष्टांतपर्व

खेळातील मुलगी / १४७
एका अध्याहृत कवितेच्या आठवणी / १४८
पासकिलीज आयलंड / १५२
औदुंबरी पाचोळ्याची स्मरणे / १५४
रॉबिन्सन जेफर्सचे घर / १५९
निग्रेस, रिबेका / १६१
अपरात्रीचे घोडेस्वार / १६३
पुन्हा एकदा १० नोव्हेंबर ; सरत्या हिवाळ्यासाठी शोक / १६७
पाऊसकाळांतील पत्रे / १७५
वेरावळीय समुद्राचे दृष्टान्त / १८१
माझे युद्ध / १८७
११ सप्टेंबर १९९४ – दीक्षेच्या कविता / १८८
कविता स्वतःच्या दिलाशाची / १८९
जुळ्या कविता / १९०
अभिषेक पारंबी / १९२
बाई / १९४
भ्रम / १९५
अवकाश, अरबी मुली आणि तुर्की मुले / १९६

Whosoever Comes to me
should come perfectly aware
That it is dangerous to be
near me.
    Your old arrangements will
be disturbed — O
and I cannot help.
And I am not here to
help your adjustments;
That is for you to decide

१

॥ प्रार्थना पर्व ॥

कुफ्रों को आए जिसदम इस्लाम वज़ू करने।
ऐसा मेरा वज़ू हो नाहक मेरी दुआ हो।

हिवाळ्यातील क्लॅरिअनेट

१.

If you listen clarionet
under the misty winterpool,
a fear comes out of
your overcoat slowly;
And if you look at the snake
passing through railway track,
you remain threatend not by the
death but by clarionet tunes...

— **Virani Grace**

२.

प्रार्थनेतील अंतिम अभिसारासारखे,
हिवाळ्यात,
थेट झाडात,
दाट धुके जमून यायचे.
त्या वेळी तो मला क्लॅरिअनेट
ऐकवायचा.

सांध्यपर्वातील वैष्णवी/३

काही तरी गुपितासारखे आठवावे अकस्मात,
त्याप्रमाणे एक अद्भुत प्रतिमा त्याच्या
डोळ्यात तरळून जायची, तेव्हा अंतर्दाबाने
उललेल्या फळाप्रमाणे तो सांगायचाः जे दिसत
नाही ते मृत्यूसारखे भीषण असते
सर्पिणीसारखे आकर्षक... आणि मग त्याच्या ओठांत,
आऽऽत
क्लॅरिअनेट.
हिवाळ्यात, दाट धुक्याच्या सुवर्णमलूल संध्याकाळी,
मावळत्या सूर्याची व त्याच्या किरणांची
फार उदास, गुदमरलेली
घालमेल होत राहायची/त्यातून त्याची
क्लॅरिअनेट कसले दुःखवैभवी सूर त्याच्या
श्वासातून बाहेर सोडायची? काय सांगू? कसे सांगू?
ते पीळ, त्यातला जाळ आणि तळातला
कल्लोळ माझ्या शब्दांत उतरल्याचा जिवंत
भास अजूनही सर्वांगावर
शिरशिरी आणतो.
शेवटची क्लॅरिअनेट त्याची ऐकली, श्वासांच्या
विश्रामानंतर त्याने एक वर्णन
ऐकविले : रेल्वेच्या निर्जन रुळावर विस्कळित
बर्फाचे टिंबथेंब, दाट धुक्याच्या गूढ पार्श्वभूमीशी,
रुळांच्या मधून एक पाठमोरी आकृती पुढे जातेय,
पुढेच पुढे... तेवढ्यात रुळावरून काळाशार
सर्प सावकाश सरकून गेला... संधिप्रकाश,
त्याचा काळा रंग आणि दाट धुके या त्रिस्तरीय
काजळकैफात, बर्फाचे शुभ्र टिंबथेंब
सहज, लीलेने येऊन मिसळलेत...
माझ्या शरीराला तो हिवाळा नखशिखान्त
शोभून गेला...

कुलस्वामिनीची प्रार्थना

रात्रीच्या सुनसान दीर्घ समयी आले कसे कावळे?
झाडांच्या क्षमतेत सर्व दडली रानातली वादळे.
मेंदूचेही तरंग रंग धरती ज्या पाकळ्या मोकळ्या,
त्यांचाही घनदाट ऊद जळतो, जो मागती राउळे...

घाटाच्या घडणीत जी अडकते, तीही नदी निर्मळा,
पाण्याला गणगोतही न असता त्याही नदीला कळा.
तू पाऊलभरात विश्व विणता दारापुढे वाक ना,
संध्येचीच कमान मित्र धरतो, तो एकटा कावळा...

मी विश्वस्त अनाम मळकट उभा या वाळवंटापुढे,
माझे साजणरूप का पसरते, हे चांदण्यांचे कडे?
तू माझी कुलस्वामिनी घनवती, तू पारदर्शीपणा,
माझ्या या कवितेस रंग म्हणुनी हे तारकांचे सडे...

सांध्यपर्वातील वैष्णवी/५

गारव्याची प्रार्थना

फुलांत धूळ शोधिता पहाड फोडतो झरा
संधिकाल थांबता शहारते जशी धरा.

भयाण गारव्यातही तुझ्या घरात ये सती
चंद्रिकाच मागते शिवालयात सद्‌गती...

वृक्षबीज अंगाणात ही तुझी न सांगता
मठात वाचणार कोण आज रे तुझी कथा?

तुझे शरीर मंत्रफूल देहधून वैखरी;
शकून पेरणार जी पल्याडच्या निजेवरी...

स्वप्न सांध एकदाच जे उदास जाहले;
वक्षदीप तोलतील स्वस्तिकात पाउले...

नागव्या नदीत तूच आज वस्त्रलाज सोड
नादतो जसा दरीत एकटा मुका पहाड...

सजून पाहतो तुला, तुलाच शब्द जोडतो,
उभ्याउभ्याच संग हा विषण्णतेत फेडतो.

मला स्मरून पाहणार तू तुझेच चांदणे;
मागताच संपते धुळीस धूळ मागणे...

कवटीची प्रार्थना

कवितेत अर्थांतरन्यास जेव्हा
प्रभूच्या दयेतूनही कोसळे;
या संहितेला नवे शील द्याया
पुन्हा धाड तू वाळवीची कुळे...

उद्यानभंगातल्याही फुलांनी
जरी तारका अंगणी पेरल्या;
गर्भाशयातून ज्या हाक देती
तशाच्या तशा दे मला बाहुल्या...

कवटीस देतो विभागून मेंदू
मुक्या साजणीची निनादावली;
अरे! सांद्रसंता घनाली महंता
तुझे ऊन झाले तिची सावली.

मिठी मोडता मोड टाकुनी दे तू
तुझे हात होतील ना मोकळे?
समुद्रापुढे मोजतो मी कधीचा
तुझ्या पिंडशैलीतले कावळे...

जसे गाव झाडीतले मंद व्हावे
दिवेलागणीला धुक्याच्यामुळे;
अभिमंत्रिते तू तसे अंग दे ना
जिथे भासती सर्व मृत्यू निळे...

मला वेढणारी उभी स्रग्धरा ही
नि या स्वामिनीचा फुटे आरसा;
अशा घोर वर्षेतल्या राउळांचा
अरण्यातला कंप येतो जसा.

किती सर्पिणी हुंगती रत्नगंधास
चांदीतली वीज की कोवळी?
मला नीज येईल का ईश्वराची
इथे एकट्या नागचाफ्यातळी?

उन्हाची प्रार्थना

स्वप्नांवर आली ओल
उन्हाची भूल?
कोसळे रावा,
चिमटीत पिळावा जीव
तशी घे धाव
हवेतील वणवा.

गावांचे चाहुलतंत्र
उन्हाळी मंत्र
भारतो जोगी,
कवटीत मालवी दीप
स्मृतींचे पाप
लावतो आगी...

हिरकणीस ठेचुन जाळ
पेटवी माळ
पांगळा वैरी;
घाटात हरवली गाय
कापतो काय
कसाई लहरी?

८/सांध्यपर्वातील वैष्णवी

जेथून मृगजळी धार
उन्मळे फार
दिठीची माया;
घारींनी धुतले पंख
भव्य निःशंक
सूर्य सजवाया
शपथेवर सांगुनि टाक
कोणती हाक
कोणत्या रानी?
वाळूवर फिरती पाय
दुधाची साय
तेच अनवाणी?

मुद्रेवर कोरुनि डंख
खुपस तू शंख
हृदयदिप्तीने;
गणगोत काढता माग
मला तू माग
तुझी जयरत्ने.

पक्ष्याविण रुसले झाड
जिवाच्या पाड
पृथ्वीचे गंध...
मिथिलाच उचलते जनक
पेटता कनक
भूमिचे बंध...

स्रग्धरेच्या प्रार्थना

१. स्वप्नरीत

देहातली धूळ देहात झाकून
एकांतनादातले चालणे;
कुलस्वामिनी स्रग्धरे शाक्त आम्ही
स्तनांच्यापुढे प्रार्थना मांडणे.

कळीतून जातील जी जी फुले ती
फुलांच्या कुळातील स्वप्नापरी;
ते स्वप्न नेऊ जिवाच्या कडेला
जडे इंद्रियाला पुन्हा मोगरी...

पहा स्रग्धरे सूर्य तो अस्तगामी
समुद्राप्रमाणेच भारावला;
तसा चंद्र हाडातल्या वाळवंटी
तुझ्या चुंबनानेच मी झाकला...

२. चौघी

चौघी झेलती आकाश... चौघी खुडती प्रकाश
सांजवेळीच्या बोलीने... पाय लागले गावांस.

पाय त्यांचे केतकीचे... रंगी केशराच्या खुणा
जसा बुडतीचा सूर्य... मेघझाकला उखाणा.

गावी घडीचा डोंगर,... गाव डोंगराची घळ
आळीपाळीने चौघीही... पायी वाजविती चाळ.

गाव धाकेजले सदा... असा वेशीचा पहारा
त्याही उसवू लागल्या... त्यांचा थकला गजरा.

कोण कोणासाठी ओवी... असे फुलांचे बंधन?
काय आत्माही मागतो... जीवत्वचेचे आंदण?

चौघी उठल्या तोऱ्यात... गेल्या पाण्याच्या दिशेने
मागे गावही फिरले... घरी सांडल्या लाजेने...

पाणी हिंदकळू आले... झाडी वाकली पाण्यात
नग्न त्वचा झुगारती... असा पल्याडचा बेत...

जाई पाताळात खोल... गावडोंगराची घळ
जसा आटल्या नदीला... दिसे चंदनाचा जाळ...

काय मागावे देताना... काय देता देता घ्यावे?
एका उमाळ्याच्या पोटी... किती हुंकाराचे दिवे...

चौघी हसती वेल्हाळ... चौघी रडती चांदणे
चौघी पोटासाठी गाती... देवबाभळीचे गाणे...

गाव निजताना जागे... असा ओवीचा विराम
जात्यातल्या दाण्यालाही... ऐकू येई निळे धाम...

चौघी गर्भाशयाकाठी... काही विणती ओवती
सुई दोऱ्याच्या धाकाने... जशी फाटतात नाती...

कोणी टाका चुकलेली... चौघीमधलीच एक
थेट काळोखात गेली... विण शोधाया तडक...

तिघी बावरल्या तेव्हा... देती झोकुनिया मोळी
कुणी ठेविली न मागे... अंगी घालायास चोळी...

काय असेच होते का... थोडे दचकता सूत्र?
जाते फाटत सारखे... जन्म मरणाचे गोत्र.

तिघी काळोखाशी उभ्या... गाव बुडाले अंधारी
नाही परतून आली... स्वप्ननिजेतली परी...

तिघी हळूच गोठल्या... झाल्या भाग्यवती शिळा
नको उद्धाराचा डंख... नको कारुण्याचा लळा.

जर ठेवशिल तेथे... तूही आपुले पाऊल
देह दयेला पारखा... नाही द्यायचा साऊल...

मग हळूहळू तूही... होत जाशिलच शिळा
आत वर्तुळाच्या कोणी... कधी राही का मोकळा?

तिघी घेरतिल तुला... झऱ्यावर्तुळाच्या नादी
फेर धरतिल आणि... तुझ्या होतील संवादी.

३. मागणे

नदीत मेघ वाकले सुजाण रुक्मिणीपरी;
तुझेच श्वास पोळता तुला मिळे न बासरी?

गायहंबरातला उजेड भंगला दिसे;
सांजपालखीतही जडे जिवास का पिसे?

भुजंग मारल्यावरी कृतज्ञता जळास ये;
परंतु कृष्ण गोकुळात का रडे असा सये?

कुणी न सांगतील हा भयार्त पेच सावळा
पुन्हा सजून मागणार राधिके नवा लळा?

कल्पवृक्ष कोसळे नि झाड एक धावते;
मुळातली फुले पुन्हा मुळात दान मागते.

तरीहि शोक जांभळाच पांघरे कशी सती;
द्रौपदीस हारतो पुनः पुन्हा अशी गती...

देव हात लावता मवाळ अंग थरथरे;
एक श्वास एक ध्यास मृत्यु तेवढा सरे.

उठून बांध वासरू नको पुन्हा तिला स्मरू;
तिनेच आसवास या इथे दिले झरुझरू.

सांध्यपर्वातील वैष्णवी/१३

४. खचवणूक

मागाहुन येणाऱ्याने
जावे कुठे बोल?
ओलांडुन गेले मला,
प्रारब्धाचे बोल.

पानामध्ये झाड असो
झाडामध्ये फूल,
सारखीच असते का
मरणाची भूल?

खेळामध्ये डोंबाऱ्याने
फेकलेले मूल
डोंबारीच पेटवितो
पोटाखाली चूल.

वाळलेल्या गवताला
कसा यावा धीर?
परसात उभा राही,
विधवेचा दीर...

घालमेल मस्तकाची
ललाटाची साल,
गाडलेल्या देऊळाची
घंटा जाई खोल

धुंडाळिशी माये आता
कुठलिशी बाई?
जोडव्यांनी रक्ताळली,
पायातली जुई...

कातडीला सोलणारे
आतडीच खाती,
अन्नामध्ये विष्ठेलाही
सामावुन घेती!

घरोघरी जोगी येतो
मागतोही पाणी,
एखाद्याच्या हातामध्ये
मणी नागफणी...

विधवेच्या पदराशी
लगटतो वारा,
संध्याकाळी वासरांचा
उधळितो चारा.

पाताळात हरवला
जमिनीचा झरा,
अंतरिक्षी नक्षत्रांच्या
आता येरझारा...

तुला मिठी देऊ आणि
हृदयाचे काय?
बीजासाठी होशिल का
जोगियाची माय?

१४/सांध्यपर्वातील वैष्णवी

एक जन्म तरी घ्यावी
डोळाभर नीज,
स्तनांच्याही भारोभार,
पलीकडे शेज...

उतरून ठेव आता
स्रग्धरेचे फूल;
आई जशि खचवते
आपुलेच मूल...

५. प्रणाली

कणकण झरतो मी मंद आकाश होतो
अविचल सरणांच्या दिव्य भासात न्हातो

पळभर हलणारा चंद्र होतो डहाळी
विहंग झुलत तेथे रंग त्यांचा गव्हाळी.

नयन गडद माझे दृश्य नेती तळाला
मिणमिण पणतीच्या आठवू का घराला?

झुकत परसदारी देवचाफा फुलेना
सतत रडत तेथे कोण माझे कळेना...

सरसर अनवाणी तोच माळास जातो
इथवर उरलेले देव रानात नेतो

मनभर दडलेली आर्तता आर्द्र झाली
तुजसम मरणाची एवढी ही प्रणाली!

६. गोंदणगाव

झाडीपहाडी चढुन
लेकी गोंदणाला आल्या
गुप्तलिपीच्या सारख्या
जशा हलती सावल्या...

धूळ उधळिती गाई
जाई ढगांपाशी थेट
भर दुपारीच वाटे
झाली संध्याकाळ दाट.

ऊन तहानले डोळी
काटा गोंदणाचा उरी
तरी सावरीसारख्या
कशा तरंगती पोरी?

चार कुवारिणींमध्ये
पाय जडावली एक
थोडे अंतर वाढता
तिला देती तिघी हाक.

आणि हाकेच्याही पार
जसा एकट पाऊस
तशी येताना दिसते
भांगेतलीच तुळस...

असे ऊन ओसरते
दिशा खाली खाली येती
आणि गोंदणगावाची
येई दृष्टीत वसती...

लेकी डोळे उजविती
आणि वाकविती गाणे
जसे माहेराच्या पाशी
होई अंधार चांदणे.

किती गोंदणाचा धाक
धाक भयाहुन भोळा
मिठीपल्याड लेकींनी
केला साजण मोकळा...

लेक स्रग्धरेला नाही
नाही बीजाचा संभव
खुळी गांधारी मागते
गर्भी एखादा पांडव...

७. माई

भयभार सांज ढळल्यावर
सावरल्या लगबग माई;
मोडक्या पुलावर जैसी
अंथरली की वनराई...

जणु अक्षरवृत्त गणांचे
झाकले दग्ध मात्रांनी;
भासाला भास म्हणावे
सत्याच्या कैवाऱ्यांनी...

कुणि मठापुढे आल्यावर
बगळ्यांची घेती भूल;
कुणि मठामधे नेमाने
लाविती स्तनाला मूल...

माईंचा शोक निराळा
निर्जळी अरण्यापाशी;
एकदा इथेही त्यांनी
मोजल्या फुलांच्या राशी...

मी हात धुळीने भरले
माईंच्या स्मरणासाठी;
त्या मला म्हणाल्या होत्या
येईन तुझ्या मी पाठी...

ही दिशा तसे आकाश
क्षितिजांचे पार निनावी;
का झऱ्यात ऐकू येते
संसारफाटली ओवी?

तू सूर्य सार बाजूला
तू चंद्र झाक केसात;
मार्गात कुणीही नसणे
दिव्व्याचा असतो बेत...

पाठीवर एकट तारा
तेवढी पुरे की नक्षी;
उरलेले गाणे असु दे
आपुले आपुल्या वक्षी.

सांध्यपर्वातील वैष्णवी/१७

८. जाच

नागवला क्षण तुला दिसे पुढे
मोगरीत जडे जीव माझा
सरपटणारी कोनाडीची पाल
अंगावरी साल सांडवते.
काहिलीच्या आत फुले चोळामोळा
लावण्याचा लळा सवतीला.
गोवरीत जळे दुर्गंधीचे शेण
सतीसाठी रान माजवावे?
जगन्मातेपुढे कापताना मान
रक्ताला उधाण देऊ नको.
जोगियाची विद्या सिद्धिएवढीच
मांडीवर नाच. बाहुल्यांचा

९. कंचुकीशोध

काही कैवल्याच्या ओळी । थोडे भोगाचे चांदणे ।
माझे, माझेही रडणे । तुझ्या पार ।।

बघ आठवणी कशा । दिशा पांघरून घेती ।
पारावरची पणती । पारापुढे ।

आता असण्याची घाई । नाही मनाच्याही पुढे ।
कन्या मिथिला का रडे । माझ्यासाठी?।।

नको रडू बाई अशी । जीव पोळल्यासारखी ।
मृत्यू दुःखाचा पारखी । एकमेव ।।

माझ्यासाठी देती जीव । देवळातल्या बायका ।
पक्षी देतील का हाका । अशावेळी?।।

बुंथी भारला चेहरा । उभी दारात भिंगरी ।
चोळी स्रग्धरेची भारी । शोधावया ।।

गाई

गाई घरांस आल्या आकाश धूळ ल्याले
असल्या धुळीत उडती घननीळ चिंब ओले.
रानावनांत वारा जे मंत्र थोर म्हणतो
शालीन त्या दिशांचा स्वरगंध येथ येतो.
भाषाच ही निकामी शब्दासही पुरेना
संवेदनाच द्यावी अर्थास काय पुन्हा?
मागेपुढे क्षणांच्या नसतात देहभोग
क्षणपद्म तृप्त फुलता पुढच्या युगास त्याग!
असतील लाख कृष्ण कालिंदिच्या तटाला
राधेस जो मिळाला तो एकटाच उरला.
गाई तशा निनादी त्या बासरीत रमती
पण धूळ प्राक्तनाची प्राणामनांत भरती.
अपुल्याच पावलांचा उच्छाद काय भारी
हे भासचक्र कोणा तारी कुणास मारी!
डोळ्यांत त्यांचिया कां हे देवदूत भोळे
ओतून तृप्त होती शब्दाविना जिव्हाळे.
त्या सांध्यमग्न वाटा झाडीत तेच खेडे
ज्याच्या मुळांत असतिल कुठले जुनाट वाडे!
आणि जलाशयावर येतील गाई आता
किरणे कलाबुताची चंद्रा तुझी उतरता.
अलवार मी कधीचा घेतो पिळून श्वास
दुःखास यापुढे तू देऊ नकोस पाश.
आता क्रमाक्रमाने जळतील दीप सगळे
ते सर्व पाहण्याला हृदयांत दे उमाळे.
ही मग्नगूढ वेळा गाई मुक्या उचलती
वार्ता उदास माझ्या मित्रा तुलाच कळती.
संध्येत प्रार्थनांचा असतो अपार धावा
नसणार तो मुरारी, असणार फक्त पावा!
मेघास मी म्हणालो, ही धूळ ने तटाला
कुणि एक हंबरावे शोभेल का कुळाला?

नदीच्या पार

जो मुळात रडतो जीव
संध्येचा असतो स्वामी
अन् पुरांत बुडल्या गावी
झाडांच्या येतो कामी.

त्यावेळी सूर्यही नसतो
नसतात नभातहि तारा
देवाची गाणी म्हणतो
तो पिसाट होतो वारा.

ते कराल वास्तव प्याया
स्वप्नांना स्तोत्रे स्फुरती
पाण्याला अडवावे का
करुणेच्या वळणारती?

पाण्याचे बंधन भोळे
येतात दिलासे कुठुनी?
आम्हीच फुलांचे साथी
प्राचीन तटांची गाणी...

ती असेल आता कोठे?
या अपार ढळत्या वेळी
का नीज खुळी उतरेना
मिथिलेच्या व्याकुळ डोळी.

मी हळू सांगतो तुजला
हा प्राशुनी घे ना पूर
मी थोडे थांबुनी येथे
जाईन नदीच्या पार.

ये कश्तियाँ, ये हवायें, ये बादबाँ सब हेच,
उफ्क के पार कोई और ही उतारेगा.

देवी

पूर्वसंचिताचे नभ गेले संध्येला आंदण
आली पालखी दाराशी देवी चढल्या वाकून.
जेथे दिसला प्रकाश त्याच्या वेचल्या मी छाया
काळ्या कभिन्न भोयांची नको कातडी मळाया...
पूर्वी पालखीच्या पुढे काही आले होते वेडे
त्यांना जुंपायचे होते दिव्य संभवाचे घोडे...
कोणी धाडला सांगावा कोणी मागला जोगवा
अशा फेरीफेरीमध्ये गेला वाढत दुरावा...
आता पुरुषाची पाळी खांदा पालखीचा भार
आणि देवींनी घेतल्या दोन मांजरी गर्भार...
आत काळोख म्हणुनि रत्न पिळले देवींनी
भोई पालखीचे गीत घेती थोडे वाकवुनी.
देवी पोटातली लय मग काळजाला नेती
दोन मांजरींची नखे अशी खुपणार किती?
देह सुकुमार बाई त्याला मायेने सोलावा
ज्याला पुरती वल्कले तोच शोभतो नागवा...

सांध्यपर्वातील वैष्णवी/२१

लागे पालखीला झळ गर्द रानांतल्या वाटा
एका भोयाच्या पायात गेला बाभळीचा काटा.
जीर्ण झोपाळ्यासारखा ढळे पालखीचा तोल
जसा स्वप्नांतला शीण आणि आत्म्यांतली कळ.
देवी फोडती अंगठी हाती हिऱ्याचा प्रहार
वेग तोलून चिरती त्यांच्या दंडांतली शीर...
तसे पायातले रक्त झाले पाचोळ्यांत गोळा
जशी आणखी गोठली एक कैवल्याची शिळा...
तळहाताचा दिलासा असा सोडता दिव्यात
आता वाटले देवींनी मोती भरावे भांगात...
आले मेंदूच्या घळींत मेल्या नदीचे स्मरण
रत्नमंडळाचे डोह तिच्या पात्रांत भयाण...
एका मांजरीचे नख त्यांना भासले मनस्वी
त्यांना स्तनांचे गोंदण वाटे करावे तेजस्वी...
थोड्या वेळाने पालखी भुईस्पर्शाला वाकेल
चार भोयांचा चेहरा मुके आकाश झाकेल...
देवी उतरल्या खाली माझ्या अंगोअंगी वळ
आता सोसेल का मला त्यांच्या मिठीतली झळ?
सुन्या पालखीत आता दोन मांजरींची ठेव
कैसे सांभाळावे त्यांनी उष्ण पोटांतले जीव?
पाराअपाराच्यामध्ये उभे किनाऱ्यात धुके
चिंध्या पांघरून राजा शोधे आपुले परके...
काही तोडलेली बोटे काही मोडलेल्या नावा
उभ्याउभ्याच लागला त्यांचा देवींना सुगावा...
आणि दर्वळले पाणी थेट ओलांडुनी घाट
भव्य शैलीने चुंबिले त्याने देवींचे ललाट...

२२/सांध्यपर्वातील वैष्णवी

साजणभिक्षा

मी आवरतो मन माझे, मी सावरतो मरणाला
संध्येवर हलते आहे हैराण ढगांची माला.
मन मरणाचे कैवारी, मन त्वचेस पांघरणारे
झिरझिरत्या आवरणाने, सूर्याला थोपविणारे.
हा बेत दिपाई कसला? आईने जावे वाकुन,
त्या अवधीमध्ये माझे तू झर्रकन घ्यावे चुंबन.
बघ इथून वैष्णव दिसती, गाईंचे थकले स्वामी;
दुःखात शब्द अडखळले; हलतात जसे परिणामी.
जर आई सरळ निघाली तू कधी न धरशी वाट
अपुल्याच कुळाच्या पुढती आलिंगन होईल ताठ?

आईचा वध करणेही; तुज अवघड नाही बाई
तुज प्रश्न, जीर्ण तुकडा हा, का अखंड उगवत जाई?
गंगेला बहिणी लाख; कालिंदी का टोकावर?
पाण्याला पाण्यानेही, का घालु नये रे आवर?
माझ्याही आईपाशी; लेकींची होती ठेव
दर पुरुषामागुन येई वेशीवर लुटले गाव...
एकदाच घरी अंधारी थोडासा चुकला ताळा
सावत्र मुलींनी तेव्हा; घेतल्या प्राशुनी ज्वाळा...
जर चार मांजरी आल्या येतील आणखी बाई;
संगाला आसुसलेले ते अंगच् करते घाई.
मोडीत लेक मोडावी; तोडावे गहिवर भोळे,
पुरुषाची एकट भिक्षा; का वाटुनि खाती सगळे?
माशांचा दाब नदीला, वेलींचे वैर फुलांशी;
ते सर्वच आदिम आणा, या एकट चंद्रबिजाशी.
मी हलेन अश्रूपुरता; मी ढळेन अस्तापाशी,
या सभ्य वस्त्रहरणाला; तो दुष्ट नको अभिलाषी
पडवीस पथारी समजुन जर चुकून निजला जोगी
आईच्या खिन्न मुलीने; कधि येऊ नये त्या जागी...
डोंगरापुढे कल्लोळ; अलिकडले सर्व निवान्त;
निजतात कसे हे लोक? सरणाच्याखाली शांत...
अनुवंश असे हा माझा जो रत्नखडा ते फूल;
घोड्याच्या अंगावरची तुज हवी कोणती झूल?
आईस निरांजन देउन; येईन तुला कवळाया;
ज्योतीला फुंकरणारी; उचलेन धुळीवर छाया...
चल ऊठ दिपाई आता; ते वैष्णव गेले पुढती
संपृक्त वीर्यनाशाची; देहाला लागे गळती....

भयकृष्ण

करुणेसम पाझरणाऱ्या
रुसलास कशाला कृष्णा?
संध्येतिल दग्ध फुलांनो,
ही भूल मनावर घ्या ना.

बांधिता नदीवर भिंत
डोहात उतरती रंग;
पाण्याला सजवुनि द्यावे
पाण्याचे स्वप्नतरंग.

मावळता सूर्य घराला
ओलांडुनि जर कोसळला;
संध्येतिल दग्ध फुलांनो,
पालखी मुळातुन उचला.

मनात भय वाजते गडद सांज येता घरी
स्वतंत्र ढळते जशी अटळ पर्वतांची दरी.
गळ्यात जड हाक ये अढळ धर्मशाळेतली,
तिथेच रथचक्र ने गगन सुन्न झाल्यावरी.

निघे इथुन वैष्णवी सजग सांध्यपर्वातली;
छळेन सवतीपरी सरळ मीहि माझ्या मुली.
समुद्र सरल्यावरी फिरूनि बेट होईन मी;
अधिक जर उंच तू तुझिच धाकुटी सावली....

जळात जळतील ते बहर रुक्मिणीला हवे,
म्हणून भयभारले सहज मंद झाले दिवे?
रथात भयकृष्ण तू? भयफितूर की स्रग्धरा?
जिथे घुबड एकटे तिथुन घेरणारे थवे.

वळेल बघ अश्व हा सजुन सत्यभामेकडे
मुळांत तुटले तरी परत बीज का सापडे?
तशीच करुणेत ये भय भयाण तू द्रौपदी;
जपून पण ईश्वरा! अजुन युद्ध ने तू पुढे.

सांध्यपर्वातील वैष्णवी/२५

कालिंदी

तंद्रीत सांध्यबेला आली पिऊन पूर
त्या गर्भधारणेचे मेंदूत भव्य सूर.
रावे गढीत दडले आभाळ वाकताना
या गूढ संहितेच्या अर्थास झाकताना.
वनवास साजणाचे देशांतरांत काही
तैशा दिशा उचलती स्मरणात दीर्घ राई.
ढळत्या मठात गेली जी देवकी निजेला
त्यातील नागिणींनी हा मार्ग भारलेला...
डोहात दर्पणांचे अभिसार पेरतांना
या सावळ्या जळाला प्रतिबिंब मानवेना.
पेशींतल्या उन्हाचे अस्तानुगामि रंग
निर्धास्त आज पिळती पाण्यात अंग अंग.

रक्तात व्याकुळांचे असतील वंश बाई
प्रेतापल्याड वारा तीर्थावरून जाई...
माया भयाण नसते असते सुजाण माया
सडल्या कुशींत फुलते अमुची अजस्त्र काया...
एकाच पर्वतावर पालाण पाखरांचे
सुटलेत का कुठे रे तुकडे तुझ्या जगाचे?
शरमेत दंश झाला कालिंदिच्या जिवाला
गंगा पुढे निघाली सोडून वैभवाला.
देहातल्या जुळ्या या तेथे दुजे न कोणी
देहातही सुखाने या नांदल्या न बहिणी.
मुरली कुठे न वारा विश्रब्ध वंशवेली
मथुरेत गौळणीची की वांझ गाय मेली...
पाण्यात सोडताना हे दीप मंद झाले
अभिषेक कोणतेही नसतात पावलेले.
नगरातली घरेही माझ्या घरात आली
वाटेत सांडली जी नव्हती मुळात ओली.
कवटीत झाकलेला बगळा हळूच निघतो
कालिंदीच्या जळांतिल माशास धीर देतो...
भरधाव सारथ्यांनी कुठल्या रथात कृष्णा
कालिंदिच्या कथेची नेली अभंग तृष्णा.
अग्रावरी सुईच्या अडला अता उखाणा
पायात मोडलेला तू काढ बाण कृष्णा...

द्विदल कविता

१. एकांतकृष्ण

"Burns of the silver bells are pointed out
But there is no flag on the island."

— **Virani Grace**

संध्याकालिन धूळ मी उडविली शब्दांध ग्लानीमुळे
प्राणांची अपरात्र जो उजळतो तो सावलीने जळे.
भासांची अभिशापबद्ध किरणे त्यांना नसे सारणी;
एकांतातुनि एक अश्व बघतो ते कवळ्यांचे तळे....
मेघांचे अभिराम रूप गळले उत्कंठ देहावरी
चांदीच्या समईत सूर भरते श्वासातली बासरी.
जे जे वृत्त फुलात सत्य धरते ती दर्पणाची तऱ्हा;
संभोगातुर घार हाय! रडते अश्वत्थ–पारावरी...
घोड्याला घनश्याम दूर दिसला बेभान अस्तापुढे
अंतर्नाद मुळात गूढ असती जे भासती ते तडे.
ये ये रे सुनसान भव्य पुरुषा माझा न तू सारथी.
माझ्याही स्मरणात आज टिचले मेल्या सतीचे चुडे...

२. कृष्णएकांत

"Oh! My destructive shepherd!
Don't increase my speed
In the compassionate trance of twilight"

तिच्या अंगणातील प्राजक्त बंदी
तरी सत्यभामे ढळे तोल का?
झाडाप्रमाणे असे झाड हेही
असे सांगते ती, तरी हुंदका?

इथे बासरीच्या गडे आतड्याला
हवा चंदनी लाकडाची नवी;
तुला रुक्मिणी का फुले वेचताना
सुगंधातही भेटते वाळवी?

संहार आता करा यादवांचा
जुनी राजधानी निनावी करा;
रथाला कुणी अश्व देऊ नका अन्
शिरच्छेद माझे कसेही करा.

तिथे कृष्णएकांत देठात प्राजक्त
राधेस हा रंग येतो कसा?
सर्वेश्वराला कधी या मुलीने
न मागीतला रे तिचा आरसा...

वैराण आयुष्य झाले तरीही
फुलांना कधी बोल देऊ नये;
मी बांधिलेल्या उन्हाळी घरांच्या
गवाक्षातला चंद्र झाकू नये.

नको धाक घालू नको हाक तोलू
इलाख्यातली गुप्त झाली नदी;
निजेच्या भयाने जसा शुभ्र होतो
खुनाच्या कटातूनही गारदी...

सांध्यपर्वातील वैष्णवी/२९

नदीवरचा पाऊस

वाटेत अरण्ये सांडुन
पाऊस नदीवर आला
हा शकुन सांगण्यासाठी
तो पैलतिरावर गेला.

सोन्याची उजळण असते
जी रंगजरीच्या काठी
तो जन्म शोधितो आहे
गर्भास देत वेलांटी...

मेघास जडविले होते
मी जुने भास भयकारी
काचांवर त्याही तुटल्या
मांडते स्वप्न गांधारी...

३०/सांध्यपर्वातील वैष्णवी

पाऊस नदीवर येता
वाऱ्याचा प्राण भटकतो
की साजणमंतरलेला
हा पूल मुळांतुन तुटतो?

विश्वात एकटा एक
कावळा कुणाचा नसतो
पाऊसउमलत्या वेळी
झाडांची सरणे रचतो...

सारून किनारे सगळे
ती धरिते अंगणबागा
हृदयावर तिळभर नाही
तोलून धराया जागा!

कुणि पक्षी दग्ध सतीचा
गावात बातमी देतो
थेंबाचे फूल तयाला
हा पाऊस पिंजुनी देतो.

आकंठ उदासी प्यालो
मी तुझ्या मनातिल देवा
तू वाटुन दे सर्वांना
हा चंद्रकुळांतिल हेवा.

सांध्यपर्वातील वैष्णवी/३१

काव्यभूल

सजलिस तेव्हा मला म्हणालिस
मनात माझ्या कुणीच नाही;
मी मंत्राने तुझ्या घरातिल
शपथ दुखविली कविता नाही.

जळात चंद्रोदयासारखी,
नितळ समाधी बांधुनि ठेव
जर वाऱ्याने हलले पाणी;
बुडविन मीही माझा देव.

शब्द तळातिल उचलुन घेता;
थकुन जराशी निजले होते
स्वप्न समजुनी त्या भासावर;
रचू नको तू भगवी गीते.

भगवी गीते पळवुन नेती;
अरण्य झांझरणारे पूल
अपुले माणुस बघताबघता;
सहज तयाची पडते भूल.

स्वामी

सवतीला दिसला चांद
ती ढगात लपुनी बसली
राणीच्या जखमेवरची
तू काढ फुलाने खपली

गरगरल्या झाडांनाही
होईल अनावर शोक
पडसाद तुडवुनी पायी
तू घाल नव्याने हाक.

उडवील मनस्वी बाई
पिंजऱ्यातिल पक्षी सारे
उल्केसम मरतिल तेही
आकाश-सोडले तारे.

त्यांच्याच कुळांतिल प्राणी
करतील तयांची दैना
मी अशा किती सांभाळू
दुःखात अडकल्या मैना?

सांध्यपर्वातील वैष्णवी/३३

घनघोर रात्रिच्या प्रहरी
इंद्रिये आरसा जोडी
मावळत्या स्वप्नपुलावर
अडखळती मृण्मय मोडी...

रस्त्यावर चौघांपुढती
हृदयाचा सुटला तोल
झाडांची हाडे दिसती
सोलता सोलता साल!

नेत्रांत आंधळी संध्या
जग झाले चोळामोळा
पोटात वाढतो तोही
मातीचा असतो गोळा

मी हिच्या चुंबनापासुन
आलिंगन सावध केले
जरतारी कनकालाही
सुनसान स्मशानी पुरले...

सवतीचा रागहि येतो
पाऊसपुराच्या कामी
भिक्षेकरि होऊन येतो
दारात कधीही स्वामी...

३४/सांध्यपर्वातील वैष्णवी

विनवणी

अरण्ये कुणाची जिवाच्या तळाशी
गळे फूल आणि उडे धूळ का?
जणू तारकांच्या प्रवाहातुनी ये
कुण्या यादवांची जुनी द्वारका.

दिशांच्या उमाळ्यांत कोणी निघाले
निळ्या सारणीच्या पहाडावरी
जशा स्वप्नभोगांतल्याही मिठीला
कधी लागती अमृताच्या सरी...

मी व्याकुळाने तुझे हात तोडून
या पोकळीला दिली साधना
घुमे राउळांच्या तळाचा पुकारा
न हातात माझ्या अता प्रार्थना...

सांध्यपर्वातील वैष्णवी/३५

कडा कोसळे त्या दरीच्या तळाशी
कधी गाव होते तशा या खुणा
तरी शिल्पभेगातला अश्व उसळे
हिऱ्यांच्या झळाळीतुनी का पुन्हा?

पृथ्वी पुढे दैवभारापरी
चालली सारखी चांदण्यांच्या जळी
किनारा जसा वाकतो वेदतेने
समुद्रा तुझ्या आसवांच्या तळी.

कधी पावसाळी धुके स्तब्ध होताच
पक्षी गवाक्षांतुनीही दिसे
स्तनांच्या व्यथेने जरा वाकताना
किती सांडती झेललेली पिसे...

तिथे अंतरिक्षात मी शैशवाची
फुले तारकांना दिली ती दिली
म्हणुनीच या अस्तसर्गात उल्का
तुझी जाळती चिंब का सावली?

संध्या कधी मत्त मयुराप्रमाणे
अलंकारिते दग्ध मेघावली
तू साजणा काय शोकार्त होसी
हिची मांडतांना तिथे कुंडली?

जात्यातला जीव मित्राप्रमाणे
झरावे असे काय झाले मला?
सुखाने झडू दे तुझा वृक्ष, तू
दूर होऊनी जा मृत्तिकेच्या फुला...

३६/सांध्यपर्वातील वैष्णवी

निरंग

श्वासस्पंदनात तूच सांजदीप सारणी
झऱ्यातल्या स्वरातला विभाव तू तरंगिणी.
पापणीस स्वप्नसंग राउळातला अभंग
द्रौपदीस कृष्ण दे जसा अपार आर्त संग.
आरपार गाव ना प्रदीर्घ वाट चालली
जिथून लागली मुळे तिथे विराम पावली.
काय योजिती मनात वृक्षदग्ध कावळे
हजार पाखरातही कशी सुजाण ही कुळे.
तटस्थ हे अहंत हे कुठे न वाकती जरा
प्रमाद पिंडस्पर्श तो मला न वाटतो खरा.
जोग घेतली अवेळ दार वाजल्यावरी
शिरे न कावळा घरात पाय मोडला तरी...
डोहखोल सारथी जळात धावती कसे
सर्प संभ्रमातही न कात टाकती पिसे!
भयाण चांदण्यात प्रेम तू सगुण प्रेरणा
तुलाच शिल्प भासतो तुझाच मोडला कणा.
ऋतूंत मोकळा कधीच देवही नसे गडे
नि मांसवाळल्या स्तनास चंद्र का पुन्हा जडे?
हात एवढा जपून ठेव तू फुलावरी
फुटेल कोड ना मला निरंग जाहल्यावरी...

सांध्यपर्वातील वैष्णवी/३७

घनसूत्र : त्रिदल

१. बिल्वदल

पडवीतुन दिसतो जलधी जलधीतुन दिसती माड
माडातिल वैष्णवपक्षी लहरींवर झुलवी झाड.
पडवीतुन दिसतो तैसा पाऊस अनावर, थांब!
घर अमुचे असुनी पहिले आम्ही न उचलला थेंब
गाठुनी अंगणी वर्षा परतविते आई रोख
गावातुन पाणी यावे पडवीत आमुच्या चोख.
पदरात झाकुनी बाळे, कणग्यात कोंबते गारा
डोळ्यात हंस कोसळती मोत्यांचा उधळित चारा...
प्रत्येक गर्जनेमागे आभाळ कोसळे वाटे
पण इकडे ते ढळताना मेघांवर नंतर उमटे.
या रंगरहस्यामधली आईची नवथर जाण
पाऊल तिचे रे हळदी, तुडविते रान बेभान...

२. कृष्णदल

ने दुमडुन अंगण इथले घन आले रे गोपाला
पाण्याचे अवगुण म्हणजे कनकाचा दग्ध उन्हाळा...
डोळ्यात बाहुल्या रडल्या सावरले तेही पाणी
घन सजले रे गोपाल देहावर दीर्घ शिराणी
मृगमयुरवृक्षपक्षीही वतनाशी दचकुनि बसले
घन सारस रे गोपाल प्राणातुन हंस उडाले...

हा पूर नदीचा साजण
घन झुकले रे गोपाला
ही फुले, धूळ हा वारा
घन स्तंभित रे गोपाला
तरि सूर्यमंदसरणांची
घन कलती रे गोपाला
कपटात झाड हे तरिही
घन हलती रे गोपाला
अंधार माजला बघ ना
घन तत्पर रे गोपाला

भरतीचे अंग घडवितो
संध्येचा रंग उजळतो.
पारावर अपरंपार
तू झेल आतले वार...
पुळणीवर हलते छाया
मरणातहि अनवट माया.
जडली न फुलांना बाधा
सवतींना भारी राधा.
तू काढ कुशीतुन वीज
सजविती तुझीही शेज...

३. मंत्रदल

चल जाऊ सत्त्वशिलेला
उतरले पठारामागे
झाडीत चांदणे झरणे
सजता अशीही गावे
उतरणीप्रमाणे झाडे
बीजात मिसळण्यासाठी
या इथेच ढगमंत्राची
देहास फासण्यासाठी
भयग्रस्त कमंडलुमधले
सौदामिनि संभव म्हणजे
मग क्षितिज किनाऱ्यावरती
वेशीवर सत्त्वशिलेच्या
भातुकली म्हणजे काय?
सोडावी पाचोळ्यावर
स्वामीच्या श्वासामधला
कोणी न पठारामागे
ऐलाड कोसळे वर्षा

झरझरत्या डोंगरग्रामी
पाऊसकुळातिल स्वामी.
हा सत्त्वशिलेचा योग
पृथ्वीच्या मागोमाग...
विणतात फुलांचे जीव
तू तुझी कळीही ठेव.
सापडते ह्यांना हाक
कुंडीतिल घेती राख.
खुपसती रत्न बुबुळात
संभोगसतीची रात...
ढगबाळे दुडुदुडु येती
विस्मरती नातीगोती.
झांझरती मृण्मय भेट
पिंजल्या ढगांची गाठ...
मृद्‌गंध जोजवी तारा
येथे न कुणाचा संग
पैलाड स्वामिचे संघ...

भुताची सावली

भालावर बिंदी ठेव
कोसळेल
संग,
हळूहळू सजताना
उसळे
ना अंग.
अजाणाच्या घरी मुली
वेणीफणी
झाली?
तुझी आई माझ्या मागे
भुताची
सावली.

भिक्षेची कविता

लहानपण विसरता येत नाही
ते आठवते जसेच्या तसे.

माझ्या अंगणात एक मुलगी उभी असते
फुलांची भिक्षा मागत.

ये, आगगाडी बघायला जाऊ;
डोंगरावरून जीव देऊन देऊ!

कविता कशा लिहितात?
खरंच का कविता लिहायच्या असतात?

४०/सांध्यपर्वातील वैष्णवी

चंद्रशैली

तिची स्मरणे येता वळत फुलती दीपनक्षी
जसे शाखांवरती झुलत झुरती सांजपक्षी.
विसावा शोधाया जटिल कविता स्निग्ध होते;
अशा अनुभूतीला गगन धरितो देव साक्षी.

समुद्री हाकांचा गहन नसतो ध्यास इथला
किनारा नावाच्या भरिस पडला नष्ट झाला?
तिला वाळूमध्ये सलिलसरले सत्य दिसले;
जळी इथल्याही तो मृगजळ भरायास आला...

मला दिसली नाही विव्हळ प्रतिमा शब्दसगुणा
अरे रघुनाथा तू! सजव कविता काव्यकरुणा!
सुमित्रा व्याधांचा कळप बघण्या दूर गेली;
तिला शोधाया माझी जळत विझली चंद्रशैली.

सांध्यपर्वातील वैष्णवी/४१

सवतीचा उखाणा

उखाण्यात मागितले । सवतीने दान।।
तिची शेज सजवाया । द्यावे नवे भान।।

फुलवुनी कळी पुन्हा । फूल झाले भास।।
तिच्या संभोगात माझा । दरवळो श्वास।।

उन्हामध्ये सावलीचे । वाहू द्यावे पाणी।।
तिची मिठी ढळतांना । सूर्यास्ताची गाणी।।

काजळाच्या डोळियात । काळजाचा अंत।।
तिचे स्तन शृंगारतो । माझा भोळा संत।।

संकल्प

तू
शिखरावरून
फूल
फेक;
मी पायथ्याशी
झेलीन

हाकारताना
जनावरे
थोडी तरी
वाक;
मी
मुके प्राणी
झाडाखाली
राखत
राहीन

तू चंद्रावरून
बर्फ टाक,
मी सूर्यापुढे
उभा राहीन –
माझी सावली
त्याला
देईन

तू
झऱ्यावरून
हात
फिरव
खडकाखाली
दग्ध
होईन

तू
बासरीमधून
गाई
वळव
धूळिलाही
गोंदत
राहीन

तळ्यामधल्या
बगळ्यांची
तंद्री
उडव;
पाण्यामध्ये
तळाखाली
निजून
राहीन

सांध्यपर्वातील वैष्णवी/४३

मुलींचे शालीन मागणे

झऱ्याकाठी
मुली
मागतात पारदर्शन
भिंगाचे
विदेही
लिंगाचे

झऱ्याखालून
मुली
अस्तासाठी विनम्र होतात
रंगभोर
लांडोरी
चंद्रकोर...

झऱ्याच्या अंगाने
मुली
झेलून घेतात सरते नाद
संध्यागाणी
डोळ्यात
घुंगुरपाणी...

झऱ्याच्या साऊलवेळी
मुली
खुडतात फुलांचे देठ
सुरंगी
देहाने
निरंगी

संन्यासी

रक्तामध्ये हलती झुलती
तोहि उचलतो गाणी;
परंतु त्याच्या डोळ्यांमध्ये
त्यावर नसते पाणी

डोंबारिण बांधावर बांधी
झोपाळ्याची दोरी;
याच्या संगे झिम्मा खेळत
येती मागुन पोरी

वर्तेवरती नाचू लागे
त्यांची गंगामाई;
त्या झोक्यातुन त्याला स्मरते
त्याचीहि अंगाई

ताऱ्यांमधला निर्जन रस्ता
उल्केतुन तो बघतो;
तिथल्या सत्याच्या सजण्याला
स्वप्न येथले देतो.

भगव्या आकाशातुन दिसते
केशरगौरी वसुधा;
त्याच्या मौनामधुनी झरते
कवितेमधली अभिधा...

तुळशीच्या पानातुन वाऱ्या
ऐकव मज ती सनई;
जो सन्यासी शोधित सरली
माझी विधवा आई...

सांध्यपर्वातील वैष्णवी/४५

प्रार्थना

अवचित आली ती सरळ दारात बसली।
तनमन चंद्राचे बघुनि गालात हसली।।
अविरत नादाचा दूर पाऊस पडतो।
झरझर झरणारी वीज रक्तात शिरली।।

अनवट तेजाने भरले खोल डोळे।
भिजत भिजत आत्मा दिव्य स्वप्नात पोळे।।
उचल उचल सजणा थेंब तीर्थस्थ पाणी।
पिळुनि अमर कविता तूच गाशील गाणी।।

पानवेचणी, गळतीची

तू थांब मुला दाराशी
पणतीशी टेकुनि ढग हा
चोचीत जरी इवलेसे
लिंबाची एक डहाळी
अडगळीच्या खोलीमध्ये
तोवरी चंद्रताऱ्यांशी
या घरात माझ्यावाचून
आपुले हृदय वाजावे
स्तन उन्नत टिचली कलिका
हा घोडा घेतो आहे.
राहिलेला अजुनी माझे
ताटात वाढूनी येते
वेणीचे खुडशिल फूल
मोडीन पाचही बोटे
हाताचे करून फूल
गळतील तेवढी

मी आवरतेच पसारा
गाईंना बघते चारा.
आभाळ निळे अविनाशी
तू थांब तिथे घरट्याशी.
अंधार भरुनि मी येते
जडव तू आपुले नाते.
पडवीत लंगडा घोडा
हा तसाच हसतो वेडा...
मन उजाड आंतुन आंतुन
आयाळ तशी कुरवाळुन.
परतीचे दोन शहारे
आंधळ्या दिठीचे तारे...
तू मला चकवुनी वळता
ही कूस पुन्हा सावरता...
नेईन तुला वेगाने
मीही घेईन वेचुनी पाने.

हिवाळ्यातील प्रार्थनापूर्व संध्याकाळी

१.

हिवाळ्यात संध्याकाळी
सूर्यबुडतीच्या
सहिष्णु वेळी;
संथपणे सरकत असतो
पाचोळा;
कातभाराने सजलेल्या
दयाळू
सर्पिणीसारखा...

२.

संध्याकाळी
हिवाळ्यात
आठवणींची अक्षम्य
उलथापालथ;
राउळातील भग्न
गाभाऱ्यात जुनी पोथी
शोधणाऱ्या वृद्ध
गुरवासारखी...

३.

हिवाळ्यात संध्याकाळी
सर्वशोकाच्या
पाऊलखुणा,
गुराढोरांच्या
धूळधाण वाटेवर;
जीर्ण बासनात
काजळकुपी शोधणाऱ्या
माहेरवाशिणीसारख्या...

सांध्यपर्वातील वैष्णवी/४७

४.

संध्याकाळी
हिवाळ्यात
पानगळींचे गवाक्षसंतूर
सोलीव
कातडीचे
अस्तर;
शुभ्र, अणकुचीदार हाडांना
धुक्यात दिवेलागण
सांधणाऱ्या
पंचाक्षरी खेड्यासारखे...

५.

हिवाळ्यात संध्याकाळी
हातांच्या
विळख्यात,
भयचकित निद्रेत
कूस बदलणारी
सुन्न बाहुली,
भयफुला...
मरणवेळी अंधुक दिसणाऱ्या
कवितेच्या
छंदभोर
स्वप्नासारखी.

४८/सांध्यपर्वातील वैष्णवी

समजूत, मुलाची

थांब मुला! सांग मला
तुळशीच्या ओटीतून
हा दीप कुणी फुंकरला?
त्यानेही झाडीतिल
संध्येचा घन मळला;
यावेळी पक्ष्यांचा
झुलवु नये
स्वप्नझुला
बावरल्या छायांनी
थोडासा तग धरला;
कंपगार पाण्याशी
सावरले सूर्यफुला
सांग एक ओळखुनि
ऐक मुला,
यावेळी अब्रुदार
कोण दिसे दूर
तुला?
पालखीत हलणाऱ्या
बुबुळांचे काय तुला?
थांब मुला! डोळ्यातिल
पाण्याला देऊ नको
ढग जळला...

सांध्यपर्वातील वैष्णवी/४९

सांजवेळेचा प्रपंच

लाल डाळिंबाचे दाणे, मेघ घट्ट रंगविले
जसे कवच फोडुन मेंदू कवटीत झुले...
निळी निळाईची भूल, तरी सहिष्णु आभाळ
सुन्न चिमुकले खेडे हळू उचलते माळ...
कधी अपूर्व पेटला – होता रानात वणवा
साधू दंतकथा सांगे दारी मागत जोगवा.
तशी तिच्या अंगी जळे रक्तचंदनाची राळ
मुक्या प्राण्यांचा तेथला तिच्या नेत्री होरपळ.
चाफा कावळ्यांनी कंच गेल्या चिंचेवर घारी
आणि बगळ्यांना वाटे आली आकांताची वारी...
तिचा कळवळे जीव ओली पाळण्याची दोरी...

मूल तान्हुले असून पुन्हा गर्भात पावरी...
अशी कशी बाई देवा? निरांजनातली आच?
तुझ्या मुठीत झाकते सांजवेळेचा प्रपंच...

५०/सांध्यपर्वातील वैष्णवी

चांदी

चांदीभाराने पोरीचा पाय जडायला बाई,
केशसंभाराच्या खाली जरी कोमेजली जाई.
जाइजुईच्या फुलांचा कोण घेईल मागोवा?
श्वास ओलांडत नाही कृष्णनंदिनीचा पावा...
पाय चांदीच्या तोड्याचे, व्रण स्वस्तिकाचा पायी
जशा हंबरत जाती सांजधुळितल्या गायी.
पुन्हा चांदी शुभ्रगार, जसा बर्फाचा गारवा
तळपायाने स्तनांचा तोच झुलवी पारवा...
बिंब ओतले ना डोही तरी कालियाला बोल
पाहा कालिंदी हळवी झाली सर्पाची मशाल...
वस्त्र काढता काढता देह शहारून येतो
हाडामासाला देवही किती नेकीने झेलतो!
काळ्या पाण्यात वणवा, जळे सतीचा गुलाल
चांदी तेजाळुन झाली शुभ्र करुणेचा बोल.
आली शृंगाराची कळ पोर झेलते आभाळ
गर्भधारणेच्या वेळी कोण गोंदतो कपाळ?
चार फुले, शुभ्र चांदी, शुभ्र फुलांचा पाडाव
इथे आलिंगन भारी तिथे पिपासेला घाव.
चांदी मोडीत काढून नाही मागितले सोने
चांदीचांदीच्या कलाने इथे फुलावे जुईने.

शकुनफुलांचे दिवे

संध्याकाळी सूर्यकाळी
मरतच नाही हळवे;
तेच जिवाला फुंकर देती
शकुनफुलांचे दिवे.
पापामध्ये विझले नाही
पुण्यामध्ये सडले नाही;
खरेच त्यांना काय हवे?
गंगेवरती स्पंद नवे
तारक मारक वारा असु दे
लहरींवरती जगती ते;
उलटुनि येता अत्तर काळे
शुभ्रपणाने जळती ते...

॥ साख्यरद्द ॥

In the quiet stillness of
the evening
That
which
is
everlasting beauty comes,
uninvited,
unsought,
without
the noise of
recognition.

बाईचे घरी येणे

ऋणुझुणु येइल पैंजण पाउल
तुला चालणे नाही;
पंखामध्ये पाखडले ऋण
तरी नसे ती ग्वाही.

आभाळावर उडणाऱ्यांचा
भार असा किति द्यावा?
श्वासांची जो करुणा जपतो
तो अविनाशी पावा.

तू म्हणते बघ माझे आयु
तुझ्या क्षमेवर अडते;
कधी बघितले नाही घर हे
तरी इथे मी रमते.

कशी पेरणी बिजबंधाची?
कशा पसरल्या वेली?
मी तर सजवत होते तेव्हा,
अडगळ समजुन खोली...

तुला वाटले, हाकांमध्ये
निर्झर आटुनि गेले?
त्यावेळी मी प्राशित होतो
अत्तर जहरी ओले.

या जन्माचे स्मरते तुजला?
गतजन्मीची राणी;
गळ्यांत माझ्या गुणगुण करती
तिची पराभुत गाणी.

उचलुन घे हा इथला हत्ती
उधळुन लावत घोडा;
अंबारीवर एकट राजा
क्षणात होइल वेडा.

तुला मुली? किती, किती
पाळणे अंगणवृक्षावरती?
तू झुलतांना झाडावरचे
कुठे कावळे जाती?

कवी

अदृष्ट निनादामागे
हा जाउन बसतो वेडा
संतप्त प्रतिक्षेमध्ये
तू काय उधळिसी घोडा!

येईन म्हणाला जेव्हा
आलिंगन द्यायासाठी
रक्ताच्या भावबळाने
तू सहज उसविल्या गाठी...

चुंबनांत सलण्यासाठी
तो कट्यार शोधित होता
संभोग संपल्यावरती
हाडता उरवी क्षमता.

गावाला चकवुन तेव्हा
वाटेत उसळल्या घंटा
अनिकेत हुतात्म्यापरि तो
रत्नांचा गिळतो कंठा...

मग जिवलग समजुन येती
वाऱ्याच्या व्याकुळ लहरी
केसात खुपसुनी बोटे
अपुलाच बने कैवारी...

काळोख घाईचा तुजला
भासला दिठीचे अंजन?
पणतीवर पेटवुनी तू
संपविले सगळे इंधन...

अस्तात राहिला गाफिल
कुणि एक सोयरा मागे,
कवि कविता जाळत होता
हे ऊर बडवुनी सांगे.

कुवारणीची कैफियत

आली कुवारिण। वळचणीखाली।
बुबुळांची खोली। सावरित।।

पावसाचे बीजतिच्या ओटीपोटी।
विजेची वेलांटी। स्तनांवर।।

निळाईला जडे। मयूरांचा रंग।
गोंदणाचे अंग। दुखणारे।।

धुंडाळतो गाई। कृष्ण अरण्यात।
इथे पारिजात। कोमेजला।।

रुक्मिणीचे साठी रडे सत्यभामा।
नदीवेड्या ग्रामा। पूर येई।।

पूरबांधावर। तरंगते गाव।
पाण्यावर नाव। लिहू नये।।

नरमादीलाही। लावू नये बोल।
संभोगाचे फूल। गोंजारती।।

पारंबीच्यासाठी। शाख होई मूळ।
तशी माझी धूळ। रुजू दे ना।।

सांध्यपर्वातील वैष्णवी/५९

आठवण

डोळे झाकले तरीही
तुझी आठवण आली
माझ्या देहातून पुन्हा;
माझी पांगली सावली.

थोडा कलता पाऊस
मळे धुळीने आकाश
गुरे घुंगुराच्या वाटा
घरी नेती सावकाश.

जळे पदराची जर
दंग पाखरासारखी
सोने जाळण्याच्या आधी
सजे दिव्यांचे पालखी.

सांज वळते घाटात
आला भरुनिया ऊर
स्वप्नझाकल्या फुलांचा
जसा उमले प्रहर...

काही उणे–दुणे हाती
नको डहाळीला डंख
चार थेंबांहुनी थोर
माझ्या पाखरांचे पंख.

६०/सांध्यपर्वातील वैष्णवी

अश्वत्थामा

Cruelty goes straight while the myth of compassion requires a few oblique curves.

— Virani Grace

कोण सांजमाउली घनार्त दे विजेतले
तिच्या दिव्यात तेल ओत भव्य मस्तकातले
तांबडी त्वचा तिची तिला उजेड दाखवी
पद्मपात्र सारणीत ती जळेल नागवी...
भयाण आसमंत हा करुण दीर्घ सावल्या
तुला बघून या दिशेत लगबगीत धावल्या.
पावसात नाहती न चांदण्यात नाचती
तिची मुले तिच्या पुढे तिचाच जीव सोलती.
तुलाच काय पाहसी फुलात रक्तपारवा
फुलासवेचि जाळतो फुलातलाहि गारवा.
द्रौपदी न कृष्णवेल द्रौपदी न कर्णभूल
मस्तकात रत्नदीप गाडणार तीच खोल.
अश्व देखणे जरी रथास जुंपले मुला
ललाटवेग हा तुझा झुलेल कोणता झुला?
तिच्या कुशीत मंद हो तिथेच ठेव आरती
तुला वळून पाहतो तुझाच अश्वसारथी.

नवलगीत

सांज थबकली
गाईपाशी;
हंबरते का वाट?
पायामध्ये
हवा गुदमरे
जंगल ऐसे दाट...

कळीत अडके
फूल फुलेना;
सृजनाला का धाक?
अग्नीमधल्या
सोन्यालाही
जरा न आला वाक...

तुझ्या जुन्या
मंतरल्या गावी;
मला नसे ग ठाव
वणव्यामध्ये
उभा तरी मी
वाळत नाही घाव.

६२/सांध्यपर्वातील वैष्णवी

डोमकावळा

कावळाच कावळा परंतू सभ्य भासला
वडातल्या निळ्या पिलास पंख देऊ लागला.

भयाण दाट वृक्ष हा मुळातही तसाच खोल
आत आत आणखी धरेत ठेवतोच ओल.

दिसे कधी न भेद या फुलाफळात गुंतला
नि गुंतणार तोच ना कि जो तळात भंगला?

रहस्यओल ही अशी उरी भरून नादतो
असून डोमकावळा तमात शुभ्र भासतो.

जोगिणीपरी सजून पक्षिणी उदासली नि
आरपार छेदिते वेडातलीही सावली...

ओळखे न आपुलेच पाखरू वडातले
तिच्या दिठीत रे जुनेच अंतरिक्ष झाकले.

सुजाण पंख पालवी भयाण थोर कावळा
नसूनही पिलास पिंड चोच टोचतो खुळा...

पाकळी धरून हे फुलास चालणे कसे?
देहकाजळीतही असे कसे निळे पिसे?

सांजबावरी तऱ्हा तिचे नदीत चालणे
निजेतल्या मुलीसही तरंगभार तोलणे?

तिचाच दोरपाळणा वडात अस्त पावला;
कावळा बघून आज जीव दूर चालला.

तोच प्राण वाघुळात तो तरीही टांगला;
कावळाच एकटा जगात सभ्य भासला...

सांध्यपर्वातील वैष्णवी/६३

हाडांची सावली

तुझ्यामाझ्या मागे लागे
शुभ्र निनावी सावली;
नाव देवाचे घेऊन
देऊ त्यालाही माऊली...

हाड बोचते म्हणूनी
त्वचा टाकू नये वेडे;
बघ आई म्हणतांना
कसे तुटते आतडे.

कवितेच्याही हट्टाला
चिंब करूणा लागते;
स्वप्ने संपल्यानंतर
नीज थकव्याने येते.

हात

क्रुसाएवढे काळीज
मीच उभा अंधारात

ठेव काळजाच्या आत
माझे तोडुनीया हात.

गुंजभाराच्या तोलाने
फूल मातीच्या नादाने
रक्तगोंदणाची क्षमा
श्वास गोंजारती तुला

हवा दरवळे पानात
कसे येईल कळीत?
नाही करणार घात
तुझ्या बासरीच्या आत.

मंद चांदणी व्यथेने
तुझ्या हुंदक्याच्या खाली

नभी निनादते रात
पुन्हा जोडले मी हात.

६४/सांध्यपर्वातील वैष्णवी

वहिनी

वहिनींना ठाउक होते
चाफ्यावर बसती घारी
एकांती ऐकायला
स्वप्नस्थ फुलांच्या लहरी...

ढळलेल्या सूर्याचाही
प्राणांना जडतो पारा
त्या तन्मय होउनी विणती
वाळल्या फुलांचा गजरा.

चाफ्याची नाही भीती
घारींचे नाही संकट
वहिनींचे अधुनीमधुनी
दुखते रे फक्त ललाट...

घर अंगण दारे खिडक्या
त्यांचेही मन सावरती
असतात खोडले शब्द
प्रत्येक मुलाच्या हाती.

पांगळ्या वासरामागे
तळमळती वहिनी फार
येणार जशी मरणाची
बाराला रात्री तार...

निजल्यावर आम्ही सगळे
काशाची हलती भांडी
मागच्या कथांचे पूर
बुडविती आमुची होडी...

कुणि देवकुळातिल चिमणी
जो बांधुनि गेली खोपा
पहिल्याच पायरीवरती
वहिनींस लागती धापा...

लावण्यसंचितामधली
देहाची झडते साल
त्यातून उचलती वहिनी
वल्कलाएवढी शाल...

तीन गाणी

१. रानफुलांचे गाणे

रानफुलांचे वादळ आले
झाडीमध्ये उठली हूल;
शिवालयातिल अंधारावर
साचत गेली मृण्मय धूळ...

सखोल डोहामधले पाणी
पृष्ठावरती थरथरले;
वृक्षावरती वटवाघुळही
उलटे असुनी गहिवरले...

लक्ष फुलांची एकच ज्वाला
भडकत गेली अपरंपार;
रंग उदासिन दग्ध घनातुन
वीज उचलते पिळले सार?

जाता येता आभाळाला
मागू नको तू काही;
मोरझडीचा रंग पिसारा
तू नसतांना राही.

वादळ ओसरल्यावर आली
चिवचिव चिमणी दारी;
चोच लावून ढकलत नेते
रानफुलांची बारी...

या मार्गावर देह पसरता
हृदय मागते पाणी;
तहान उचलून अपुली अपुली
तीन रचावी गाणी...

६६/सांध्यपर्वातील वैष्णवी

२. संसाराचे गाणे

कसाबाचे ऊन। आले अंगणात ।
हाक सरणात। ऐकू येई ।।

आपसूक येती।। खाटिकाच्या गाई ।
कारुण्याच्या ठायी। बसावया ।।

विश्रांतीचा असा। असतो का पार? ।
तरी येरझार। संपेचना ।

मृगजळाखाली। जोगिणींचा तळ ।
तैसा रानोमाळ। वारा नाही ।।

गळतीची पाने। थबकली सारी ।
कैसे देवाघरी। जावे त्यांनी? ।।

निर्दयाचा चांद। मध्यान्हात डुले
सूर्य झोळीतले। ओशाळती ।।

मागू नये शब्द। अर्थाएवढाही ।
संसाराची ग्वाही। द्यावी कोणी?।।

ऊनकाहिलीचा। नियंत्याचा धाक
सोनियाला वाक। पोलादाचा ।।

अशा संसाराची। मांजराची जात।
सारे गणगोत। उभ्याउभी ।।

मांजराची मोळी। फेका भुईवरी
चार पायावरी। ठाकतेची ।।

सांध्यपर्वातील वैष्णवी/६७

३. नदीचे गाणे

नदी सारंगाचे देणे
नदी श्रीरंगाचा बोल;
नदी बासरीच्या आत
ठेवी कालियाची साल.....

नदी पहाडाचे मूळ
नदी अरण्याचा सूळ;
नदी एकांत संभोगी
होई उलटे वाघुळ.....

नदी खडकाची चांदी
नदी चांदीचा खडक;
हिमगोठणीला देई
जसा एकांत धडक.

नदी सवतीचा संग
नदी रखेलीचे फूल
एका रंगीत माशाला
तिचा सापडे गुलाल.....

नदी मंत्राची बाहुली
नदी मृत्यूचा सांगावा
नको भीक मागू रांडे
माग देवीचा जोगवा.....

कोण्या मालन वेलीचा
जरा सोड तु गजरा;
जशी नर्मदेच्यासाठी
माझी वाहते स्रग्धरा......

पान्हा

आकाश दिशांचे साथी
ते फितुर कशाला व्हावे
संध्येचे संचित घेउन
सूर्याने तृप्त बुडावे.

पदराशी येता वारा
लहरींवर घ्यावा पक्षी
देहाच्या दग्ध शिळेवर
असणार फुलांची नक्षी...

शब्दांवर ज्यांना दिसले
रेताड नदीचे पार
कळणार कसे मग त्यांना
की मिठीत नसतो यार.

त्या पहा निघाल्या नावा
अदृश्य जलाच्या मागे
ही स्पंदनवेळा इथली
परमार्थ विणाया लागे.

देहावर चालुन येती
युद्धातिल दिलवर सारे
उल्केसम कोसळणारे
नसतात इमानी सारे.

परसातिल वृक्षलतांना
तू घालित जावे पाणी
सुचतील तुलाही वेडे
सरणावर काही गाणी.

या अंजनवाटीमध्ये
मायेचे कूळ फुलेना
कवितेला तोवरि माझ्या
स्तन भारून देशिल पान्हा...

सांध्यपर्वातील वैष्णवी/६९

अस्तशेज

एवढे उदास फूल पाहिले कधी न मी
शिळे जशी तुझ्या कुळास चंद्र दे निळी हमी....
दे ढगास रंगभूल जीव अंथरून सांज
पावसातही मुली जशा उभारतात शेज.
नदीस काठ एकदाच हो पुरात पारखा
जा मुली निघून तू जिथे उभा तुझा सखा.

विभक्त ही सखी मला अजून स्पर्श मागते
कातडीतलेच दुःख आतड्यात तोलते...
पहाडमग्नता तशी दिशादिशात साकळे
घटात घेत देऊळी सलीलमंत्र कावळे...
थकेन वाटले मला म्हणून ओल घेतली
नि स्वप्नसत्य सारणी मुकीमुकीच राहिली.
उरातली अखंडताच का पिळून आवळे?
तंग कंचुकीस कोण सोडणार मोकळे?
तेल या दिव्यातले न ज्योत त्या दिव्यातली
जसा पुढे करून देह माग घेत सावली...
मला न ये जरा रडू न काळजातही चरा
वृक्ष मोडताच तो मनात झेल पाखरा.
मागधी, तुला न बोल चांदणी मिटेवरी,
लहानसाच अस्त हा सजेल माझिया घरी.....

नवरीचे उखाणे

चिमणीच्या दाण्यावरी
घुबडाचा डोळा
कुणी केला नवरीचा
देह चोळामोळा?

नवऱ्याला वरदान
धुंडायाचा माळ
जोगड्यांच्या पायांतले
शोधायास चाळ.

चंदनाच्या झोपाळ्याला
इंधनाचें भय
वाघिणीच्या दुधावर
आली कशी साय?

रातोरात नवरीला
पान्हा आला बाई
चांदण्यांच्या मागेपुढे
हुंदक्यांची जाई...

पाठीवर पिसारले
गोंदणाचे मोर
बकुळीला सोसवेना
सुगंधाचा भार.

अंगणात मायलेक
गोंजारती मैना
पिंजऱ्याला पाहवेना
पोपटाची दैना.

वाकलेल्या हाडांमध्ये
रुद्राक्षाची माळ
महंताने भजनांत
आपटले टाळ.

ओटीपोटामध्ये झाला
नवरीला भास
वाऱ्यावर वाहुनिया
कोण नेई श्वास?

जोडव्याच्या काचामध्ये
सुजलेले बोट
वळिवाचे पाणी लागे
गाभाऱ्याला थेट.

७२/सांध्यपर्वातील वैष्णवी

हाकारुनी गाव गेला
पुण्यवंत मागे
सवतीने उसविले
पातळाचे धागे.

खोडापाशी झुरू लागे
गोरी माकडीण
देवावाणी तिचे डोळे
बाहुल्यांची वीण...

नवरीचे धन आता
ओलांडुन जाऊ
कैकयीने भरताचा
तोडलाच भाऊ...

नवरीचे माये आता
रडतेस काय
सरणाचे लाकूडही
सडुनिया जाय.

नवरीचा चंद्र बाई
उशाखाली ठेवा
जीव कापताती त्यांचा
साऱ्यांनाच हेवा.

साऱ्यांनाच ठेवा त्याची
मला नाही खंत
खडावात महारोगी
माझ्यासाठी संत.

सांध्यपर्वातील वैष्णवी/७३

गंगा

अस्तकालीन मेघांचे थवे गंगेवरी आले
काही पक्ष्यांनी आपुले अंग सोनियाचे केले.
संथ पाण्याचे तुकडे घेती जोगिणी सोवळ्या
त्यांच्या ओंजळीत याव्या रात्री केशराच्या कळ्या...
पाणी गंगेचे व्याकुळ त्याच्या मुळात काहिली
सूर्य आडोशाला झाला होता चितेची सावली...
मुक्या पोरीच्या कानात आला वाऱ्याचा सांगावा
तिचे सांजपण गेले दूर उदासीच्या गावा...
पाय घासुनि पारवा मेला पारावर बाई
आणि हुंदक्यात आली आईसारखी अंगाई.
कुण्या विश्रामाच्या वेळी मीही मागितले पाणी
गंगा साखळीचा मासा हळू वाळूवर आणी...
एका बाजूने सारखी भिंत घराची खचते
थोड्या राहिल्या जागेत गंगा आकाश रचते...
जेव्हा महापूर आले सांगोवांगीच्या कथांना
आम्ही जेवण मांडिले खेळीमेळीच्या भुतांना...
सुन्न पोकळीच्यासाठी हिची काया रुसलेली
मग अवेळी कशाला न्हाऊ घालते बाहुली?
चाफा कांतीचा वेल्हाळ मिठी मोगरीची गाढ
अशा फुलांच्या भारांनी झाला कापूसही जड...
चार जिवांचा वेटाळ तीन जोगव्याला गेले
एक राहिला तयाचे वस्त्र फकिराने नेले.
पाणी नितळ नितळ पाणी पाण्याच्यासारखे
गंगा उभी मधोमध काठ करून पारखे...
झरे घुबडाचा डोळा मला करुणेचा लळा
एका थेंबासाठी नको घोटू तहानेचा गळा.

लता मंगेशकर

माहेराहुन गलबत आले
मला सखीचे स्वप्न जडे
हृदयामधल्या गुपितामध्ये
निशिगंधाचे फूल पडे.

अंतर्ज्ञानी युगाप्रमाणे
शब्द परतले घरोघरी
जडबंधाच्या मिठीत रुसली
चैतन्याची खुळी परी.

या वाटेवर रघुपति आहे
त्या वाटेवर असे शिळा
सांग साजणी कुठे ठेवु मी
तुझा उमलता गळा?

सांध्यपर्वातील वैष्णवी/७५

कंदील

मन सैरभैर होताना
कंदील घरांतिल घ्यावा
संध्येच्या पारावरती
उजळून हळू ठेवावा.

काचेवर धुरकट छाया
हलली तर झाड म्हणावे
नाहीतर खांद्यावरूनी
मानेला उचलुन घ्यावे.

ज्योतीची दुखरी तडतड
वाऱ्यावर सोडुन द्यावी
अक्षरे पुढे येणारी
हाताने तू मिटवावी.

जर मेघ धीट होऊनी
डोळ्याशी लगडत आला
चुकुनही नको तू देऊ
अश्रूंचा त्यास हवाला.

उजळून निघायासाठी
जळतात जिवाने सगळे
जो वीज खुपसतो पोटी
तो एकच जलधर उजळे.

कंदील निमाला समजुन
कधि पक्षी येऊन बघतो
ते खरे तसे नसते, तो
सुनसान भरारी पिळतो...

डोंगरात उत्तररात्री
आईचा दिलवर येतो
क्रम चुकवुन पाठीवरती
कंदील डागला जातो...

वाळल्या पशूंचे गहिवर
शिशिरांत अनावर होती
कंदील उजेडामध्ये
की स्वतः उपसतो माती...

पाराची संध्या तेव्हा
हे भारगूढ सावरते
कंदील मागच्या दारी
आईच्या हाती देते...

वाळवीच्या साली

Sometimes a poet creates unwanted - not unethical -- situation which eats his soul out of his body and sucks the marrow of his bones... स्टीफन इवाईगच्या वाक्यांना पुस्ती जोडून–

— Virani Grace

घायाळला जीव । पक्षिणीच्या गावी ।
पाणियाला दावी । डोह काठ ।।
पक्षिणीच्या गावी । संचिताचे पार ।
काळोखात धार । वाजणारी ।।
संचिताचे पार । पिंपळाची माया।
ओशाळते काया । जोगिणीची ।।
पिंपळाची माया । काजव्याचा दिवा ।
स्वतःसाठी धावा । करू नको ।।
सनईच्या वेळी । डोंगरांचे संघ ।
आपोआप रंग । ओळखती ।।
डोंगरांचे संघ । गाई हाकारती ।
पडवीत येती । आपसूक ।।
गाई हाकारती । अस्थिभूल राया ।
वासरात छाया । तोलताना ।।
अस्थिभूल राया । बांधणारा देव ।
त्याचे कधी नाव । शोधू नको ।।
बांधणारा देव । कमळांचा राणा ।
त्याच्यासाठी आणा । कोणी घ्याव्या? ।।
कमळांचा राणा । भूर्जपत्राखाली ।
वाळवीच्या साली । जोजवितो ।।

पत्र

ढग झाले भवती गोळा
डोळ्यांत उजळली वीज
भर संध्याकाळी राणी
करपली सतीची शेज...

सोन्याची धूळ मलाही
लागते अशा भयवेळी
सडलेले लाकूड चंदन
बांधाया त्याची मोळी...

तळहाती माझ्या पत्र
तू अक्षर सजवुनि लिहिले
उरलेल्या रानामध्ये
गहिवरूनी सावज मेले...

भेटेन तुला मी जेव्हा
तेव्हाची संध्या आता
आतून गडे रडण्याची
का देते व्याकुळ संथा?

माहीत तुला नसताना
जाहलो तुझा मी आत्मज
बिंदीला द्यावे जैसे
मृत्यूचे शालिन तेज...

रंगल्या डहाळीमागे
जर दिसलो नाही तुजला
आलिंगन मोडुनि घेशिल
कवितेचा जहरी पेला

शब्दांच्या करूणेमधुनी
गळतात निनावी पाने
हातात तुझ्या जे फूल
ते नसेल माझे गाणे.

जे दुरून दिसते शिल्प
तो पूल उभा खचलेला
पत्रात वाळवीलाही
हुंदका कशाने फुटला?

शोध

उन्हाळा भरू या नव्या वाळवंटी
नको कृष्णजाळीतले चंदन
बुडतीतली द्वारका पाहण्याला
कशाला हवे राधिके अंजन?

इथे सांज आणि तिथे अस्तगामी
कसा सूर्य भारावुनी थांबला
कडा डोंगराचा नदीच्या दिशेने
मला वाटतो की जरा वाकला.

पाणीच नाही तिचे पात्र आता
अरे मायबापा कसे मी भरू
वाळूतल्या शब्दनादातला काय
तो एवढासा झरा मी धरू?

कवी एक मी सुन्न भाषेतला स्तब्ध
शोकात माझी उभी माऊली
जशी युद्धवार्तेतल्या द्रौपदीची
तळातून नेतो कुणी सावली....

जरा दूर जाती चरायास गाई
पुढे रान नाही हवे तेवढे
तुझ्या स्वप्नबांधावरी सांग आई
कुणी फोडिले जोगिणींचे चुडे?

तुला हाक देईन मीही म्हणालो
तरी लाभली ना मला ती दशा
भासातल्या अंतराळातल्याही
खुणेच्या पुढे थांबती का दिशा?

तुझे अंग शिशिरातल्या संभवाने
कधी मांडताना नको आरसा
सदा भेटणाऱ्यातही ओळखीचा
कुणी ना दिसे रे मला फारसा.

तुझ्या रत्नवेलीस दुःखार्त वारा
न ताऱ्यातले कंप प्राणांवरी
निघे कृष्ण शोधावया गोकुळाला
पुन्हा एकट्याने नवी बासरी.

करुणा

१. खडकातील पाझर

खडकातिल पाझर म्हणजे   दगडातील भावुक छाया
की मंत्रबळाने साजण   सजवितो स्वतःची किमया....

नादाला अंतर्नादी   एकांत आतले साक्षी
झाडांच्यावाचुन जेथे   मावळती सारस पक्षी....

पृथ्वीवर बकुळ बहरतो   घुमटासम दिसते झाड
भर अंधारीही लपले   हे कोण गजाच्या आड?

भासांची शुष्क डहाळी   हलतांना क्षितिजापार
हृदयाला सुन्न प्रणाली   रत्नांची अपरंपार .....

भूमीतुन झरझरणाऱ्या   चुंबितो नद्यांचे घाट
खडकातील पाझर म्हणजे,   तू बिंदी तूच ललाट ...

२. पाझरलेला खडक

चांद तळहाती घ्यावा
काठी दूरच्या नदीच्या
जावे निंबोणीच्या गावा
मग ऐकू येती नावा ...

तूच सांगितल्या कथा
जसा उन्हाळा लागतो
आल्या हिवाळ्याच्या ओठी
वृद्ध तपस्व्याच्या पाठी.

डोळे भरून पाहिला
तुझ्या बाळाने मागावी
तुझा तुझाच काळोख
मला कशाला ओळख?

त्याच्या चिमण्यांची पाळ
माझा पिळतो जोगवा
त्याच्या कावळ्यांची माळ
त्याच्या दिठीचे काजळ...

चार कासवीची पिले
आणू तरंगाच्यासाठी
माझ्या डोळ्यात वाहती
कुण्या शिंपेतला मोती?

किती हृदयाचा हिय्या
त्यात जरतारी तुझे
किती पेशींची पिंजण
सुईभारले गोंदण?

पुन्हा गोंदणात हिरे
जुन्या देऊळी सर्पाने
लखख लावण्याची धाव
माझे निरखावे भाव ....

मुलींच्या कविता

१

मुलींनो! तिचे नाव सांगितले मी
तुम्हांला; बघा आठवूनी बघा;
कुण्या पारध्याने इथे सोडलेला
ससा पाहिला मी उभ्याने मघा...

ससा खेळणाऱ्या तिच्या आकृतिचा
असे एकटा मी गडे वंशज;
स्तनांना गळ्यांतील रत्नाप्रमाणेच
मी सांधणारा, तिचे सावज...

सुमित्रा तिचे नाव उच्चारतो मी
पुन्हा भव्य माध्यान्हकालातले;
मुलींनो, निघा ऊन वेचून आणा
नदीच्या खुल्या वाळवंटातले

उन्हातून जातील का या मुलीही?
सुमित्रे! जरा अक्षरांना पहा;
कुठे कोणता शब्द येतो दरीतून
की बांधितो वेगळी तो गुहा?

आईतल्या साजणीच्या मिषानेच
होईल प्रक्षिप्त का ही कथा?
मुलींनो, कसे काय वेळी अवेळी;
तरारून पाणीच येते वृथा?

८२/सांध्यपर्वातील वैष्णवी

२

ज्या वेळी सांगत असतो
मी कथा मुलींना बाई
शब्दांना माझ्या येते
संध्येची या पुण्याई

आलिंगन अंतर्यामी
दूरस्थ कथांच्या गाठी;
एकट्या मुलीला वाटे
हा सजतो अपुल्यासाठी

संध्येची मी तर साजण
अश्रूंची अपुल्या छाया;
सूर्यास्त सोडल्यावरती
माझ्यांतुन गळते माया

मग मुलीच बिलगुन घेती
दृष्टांतकथांचे काहुर;
कोवळ्या वधूचे तेव्हा
श्वासाने टिचती बिल्वर

शैलीवर झरझर पडती
देखण्या मुलींचे केस;
फुफ्फुसात भरते राधा
संपल्या हरीचा भास

अंगाई, संध्या, सूर्य
हे प्रहर निनादामधले;
मी मुलीस टाचुनि देतो;
जर बहर सर्व कोसळले.

३

एकाएकी विझल्यात गावातल्या चुली
संध्याकाळी परसात जमल्यात मुली.
एक म्हणे सटविची करा आता होळी
दुजी म्हणे नागविला द्यावी साडी-चोळी....
मुलीपुढे झिम्मा येई पोरीपुढे खेळ
एखादीचा पल्याडात जातो दखळ...
हाकारुनी दिशा झाल्या मुली सैरभैर
इवल्याशा बातमीला आला महापूर.
विहिरीत गळ टाका डोहामध्ये नाव
पाण्यापाशी गोळा झाले आडमुठे गाव ...
संतापुनी शोधताती साऱ्या रांडले की
नदीनाले झाल्यावर काय उरे बाकी?
मांत्रिकाच्या घराकडे धावल्यात आया
काळोखात गुप्त झाल्या काही वांझ बाया ...
वांझेपुढे पसरले चांदण्याचे तळे
पाहताना हादरती एकेकीचे चाळे ....
मुली होती रडवेल्या मांत्रिकाच्या पुढे
मधुनच एखादीला कंच माद चढे ...
मांत्रिकाचा डोळा होई देवापरी खोल
आटलेल्या समुद्राची त्याच्यामागे ओल ...
जोगव्याच्या सुपामध्ये पाखडतो मोती
विधवेच्या पोटी कळा मुली न्हातीधुती ...
खळाळुनी हसल्यात वर्तुळाने मुली
वांझ बाई मागे पुढे मधे सदाफुली .....
मांत्रिकाच्या आजाराची गावी धिंड आली
मोरीमध्ये दारामागे रडतात मुली ...
गाढवीचे दूध आणा ओरडले कोणी
मुलींसाठी थांबलीत मर्तिकाची गाणी ...
मुलींपाशी भय नाही भयापाशी मुली
संसाराला तारावया देती भातुकली.

४.

दडलीत माणसे सारी
श्वापदाप्रमाणे आता;
इतुक्यांत जन्म देणारी
नव्हतीच तिथे कुणि माता

डोंगरी वसाहत इथली
अडखळते, दीप उजळते;
या चार घरांच्या गावी
घारींचे कुळ भिरभिरते...

आवाज उतरले होते
सर्वांचे घाटावरती;
हांकेवर बुडणाऱ्यांची
पाण्याला जाणिव नव्हती.

एकाच मुलीला घेउन
गावात जाउनी ये तू;
दुसरीला सांगुनि बघतो
पाठवणीमागिल हेतू
नावेतच गहिवरल्यांची
कासया एवढी दाटी;
ती परतुनि येण्याआधी
हा गर्भ राहु दे पोटी...

डोंगरी वसाहतवाले
सारखे विसंबुन असती;
ते तुझी कशाला घेतिल
या मध्यरात्रिला झडती?

सांध्यपर्वातील वैष्णवी/८५

रांगोळी

हळुहळू जमविली रत्ने
या रांगोळीत भराया
संध्येच्या मधुरपणाची
पडणार तिच्यावर छाया.

सूर्याच्या तृष्णेमधले
घारींचे मंडल ढळले
हरखून नदीच्या पोटी
बगळ्यांचे गर्भ उगवले....

मी धीर उजविला हाती
वृक्षांच्या सारून शाखा
येतील इथेही काही
राऊळपणाच्या हाका....

श्वासांत घातकी गंध
मग काय जिवाचे मोल?
ही झाडे, पक्षी, पाने
यांनाच उभ्याने झेल.

जर पहाड कोसळला तर
पडवीत भरू रांगोळी
अलगूज होउनी वारा
येईलच संध्याकाळी....

या सांध्यमनाची शिल्पे
कुणि मोडित बसला आहे
नावावर त्याच्या माझी
ही कविता अविरत वाहे.

जुळवून जराशी लगबग
तू येच गडे शेजारी
घेईन तुला हृदयाशी
कुठल्याही अनवट प्रहरी.

८६/सांध्यपर्वातील वैष्णवी

प्रश्न

हा प्रश्न चिऊचा नाही
काऊचा घासही विटला
खुंटीवर हलतो आहे
तो नाही माझा शेला.

मी कधी न धरला चंद्र
झाडांच्या शैलीमागे
ही हाक तुझ्या स्मरणाची
गंगेचे पाणी मागे...

देणार कुणाला बोल
परदेशी कोण कुणाचे
जे जळून जाते सगळे
नसतेच गडे सरणाचे

असतील तिथेही बागा
सुनसान सरोवर सगळे
काठावर ज्यांच्या जमती
गंधर्वकुळातिल बगळे...

होतात कुशींचे अस्त
देहांच्या ढळती छाया
सवतीच्या पोरीवरती
तू जरा करावी माया

सांध्यपर्वातील वैष्णवी/८७

अर्थविपर्यासाचे उखाणे

बाहुलीचे न्हाण कधी
खरे मानू नये
साडीचोळी अपुली ग
सांभाळावी बये.
अंबारीचा हत्ती नसे
अंबराचा स्वामी
लक्ष्मणाची रेघ आली
उर्मिलेच्या कामी.

अनसूयेलाही बाई
कधी होतो जाच
देवदत्त वृक्षापुढे
मांडतांना पेच

शरीराचे देणे घेणे
त्याचे द्यावे दान
पायाखाली फुले येतां
उपटावे तण

देवाच्याही गावामध्ये
वेताळाचा पार
घुबडाच्या डोळ्यालाही
कारुण्याची धार

हडळीचा दिवा तेथे
फुंकू नये त्याला
असे जाता जाता भेटे
गंगा शंकराला.

८८/सांध्यपर्वातील वैष्णवी

सांगावा

गुणगुण झाली म्हणजे मागे
शीळ धराया धडपडती
त्यांच्यासाठी ठेवु नको तू
माझी कणभर माती

या रक्तावर त्या रक्ताचे
भय भारावुन कोसळते
संध्येमागे सूर्य हरवतो
ते सर्वांना मग दिसते

स्वप्नफुलांच्या मृत्यूपाशी
तशी मलाही लागे धाप
या अंगावर गोंदुन घेऊ.
कुण्या मुलीचे आता पाप?

फुले खुडाया देठ कशाला?
कडीत तळमळणारी माळ...
मीच निघालो माझ्या मागे
भटकु नको तू रानोमाळ

सांध्यपर्वातील वैष्णवी/८९

वैखरी

उरातून गेला पुकारा दुभंगून
बर्फातल्या अंतरिक्षामुळे
गवाक्षांतल्या नादनक्षीत ठेवी
कुणी अमृताची निनावी फळे...

फळांच्या तऱ्हा सूत्रबीजातले रंग
वृक्षास देती झरे देखणे
फुलांच्या प्रदेशातलीही स्मशाने
कधी भासती रम्य तारांगणे.

हिवाळ्यात येतील पक्षी जसे
खंड सोडून जातील त्यांची कुळे
किती वादळाच्या प्रवाहात मेले
नको तू रडू सर्वनाशामुळे.

९०/सांध्यपर्वातील वैष्णवी

याही ऋतूला असे थोर संध्या
मलाही दया पेच टाकुनी ये
दिला मी विभागून संसार सारा
शिवाची पुढे भग्न देवालये...

मोजून त्यांचे चिरे कातळाच्या
कपारीत अंधार येई जरा
उमा पार्वतीला इथे भेटलेल्या
मला धीर देई अता पाखरा.

संन्यासिनीच्या वधाच्याप्रमाणे
अलंकार दीप्तीतले गोठले
तरी रक्त माते मला! का सुखावे
असे श्लेष आले इथे कोठले?

हिवाळ्यात माझ्या रथाला मिळेना
जुने चाक तैसे कुणी श्वापद
हिमानी कमानीत घोडे निमाले
झडे अश्वशाळेतुनी नौबत

अता शब्द माझे सुमंदार कविता
कशा ठेवु मी सांग चरणावरी?
मी शाक्तपंथीय; तू स्पर्श द्यावा
स्तनांचा; तरंगून ये वैखरी

सांध्यपर्वातील वैष्णवी/९१

ती अशी

तू बाई भिरभिरणारी डोहात उडी घेणारी
स्वप्नांच्या सलिल क्षणांचे वाणीत सत्य पुरणारी

तू रोखुन धरिशी भाषा हृदयाला देउन डंख
कापतो जसा की पक्षी करवतिने अपुले पंख

अवकाश दीर्घ आदळता संध्येला येतो पूर
चंद्राला सूर्य उजळती तू पुन्हा दूरची दूर...

डागळते कपट-छलाने ही पर्वतभारी गुंफा
पदरातिल नक्षत्रांचा तू कसा फुलविशी चाफा?

का असे थरारत आहे डोळ्यातिल रुसले पाणी?
तू उरी खुपसशी माझ्या माझ्याच उरातिल गाणी...

नवलाचे अद्भुत घ्याया मी आणू कोठून हात?
तो दूर किनारा दिसतो तू त्याहिपलिकडे गात...

९२/सांध्यपर्वातील वैष्णवी

तिची समजूत

मी तुला सांगुनी जातो
माथ्यावर तोलुन घेशिल

हे असे नेहमी होते
तो झराच पृथ्वीखालुन

घेण्याचे आर्त जिवाला
समईला उचलुन दे ना

मी काय तुला सांगावे
तळपायी माझ्या लिहितो

तू रडशिल तेव्हा मीही
हे नको मला सांगू तू

मग धूळ भरारत भिंगर
जर दिवेलागणीआधी

तू वृक्ष उचलण्याआधी
पाण्याचा एकट जलधी

बाईचा जीव वितळतो
पृथ्वीला स्पंदन देतो

देण्याचे व्याकुळ मोल
तू तुझ्या व्रताचे फूल

मी फकिरासम अनवाणी
तो व्याध जुनीच विराणी.

तळहाती घेईन तुजला
जो आला तो तो गेला...

घर उशास बिलगुन घेते?
गावातुन गोकुळ परते...

सांध्यपर्वातील वैष्णवी/९३

उरलेल्या घराचे गाणे

गुडघ्यात मान घालुन बसलात का मुलींनो?
आत्ताच पान गळले थांबा जरा फुलांनो.
ढग सावळ्या सतीचे; ढग पांगळ्या नदीचे
ग्रंथातुनी निघाले हे एवढेच वेचे.
गंगेस शोधितांना सूर्यास्त लांबताती
एकेक शब्द म्हणतो माझीच शुभ्रकांती.
आई तुम्हास नाही अपुल्या घरात आता
देऊळ सांधताना तुटली जुनीच घंटा.
मन सावरेल तेव्हा येईन अंगणात
औदुंबराप्रमाणे हलतील स्निग्ध हात...
थोडे निवांत पाणी थोडी प्रशांत गाणी
माझ्या मुलास म्हणतो रघुनाथ आज कोणी...

९४/सांध्यपर्वातील वैष्णवी

हिवाळा

हिवाळा पुन्हा ये जुन्या राउळांतून
अंधार सारून माझ्यापुढे
तुझ्या दहशतीचा फिरे गार वारा
अरण्यांतल्या भग्न शिल्पाकडे

जडावांत येथे धुके पाखरांना
निळ्या दाट दीप्तीतही चालणे.
हिवाळ्यांत काव्यातले छंद माझे
निराधार वृत्तांस ओलांडणे

होते कधी ऐकले की कथेला
निजेच्या बळांतून गोंजारता,
अस्तातला सूर्य काढून घेते
कधी जान्हवी मोडते सांगता...

हिवाळ्यात संध्या हिमानी विराणी
तिचा पाहु दे तोल रे ईश्वरा,
नदीच्या भयाने निघालो निनादून
बर्फातही गोठलेला झरा?

सांध्यपर्वातील वैष्णवी/९५

कन्येची समजूत

मला वाटले मिथिला आता झोपली असेल
खोट्या कवितांच्या मागे तिचे प्राक्तन फुटेल.
जेव्हा भासेल वेगाने सत्याएवढाच भास
तिला कळून येईल तिचा वैरी आहे ग्रेस.
इथे अहंकार कसा नागासारखा डोलतो
चार शब्द मांडतांना आत्मा धारांनी रडतो

तारा

गोठल्या नदीला जेव्हा
आठवले हलते पाणी
स्वप्नांनी सावध केली
स्वप्नांची एक विराणी

वासरासभोती दिसते
किति लोभसवाणी गाय
प्रत्येक पांगळा म्हणतो
माझीच गुणांची माय

यालाही उत्तर असते
कवितेच्या भासामधले
ढळतांना जे अडखळते
ते फूलच असते सडले...

जो दिव्य भयाने बाई
मागतो तडकला पारा
तळपत्या उन्हातहि त्याच्या
कधि वितळत नाही तारा...

बाग

तऱ्हेतऱ्हेची फुले उमलली लहानशा बागेत
रंग बदलुनी उभे राहती गुलाबही रांगेत

झाड सुरूचे जरी एकटे अधेमधे येना
वर्तुळ मापुन पुन्हा घेतला त्याने धंद जुना

जाये येते वाहन भिववी मोरपिसांच्या वेली
गडगडते ढग ऐकुनी पळती जशा चहाटळ मुली.

जावळभरले हात रेशमी तृण कुरवाळी कोणी
हत्तीच्या पायाशी पडली चुरगळलेली वेणी

दिवेलागणी साधुनी सरते शहर भराभर मागे
गाण्यामध्ये शब्द भटकला जसा उसवतो धागे.

बागेपासुनी दूर जराशी कौलाराची घरे
माजघरातिल धूर सारता बागेमधले झरे...

रक्तवाहिन्या असू नसू दे गुलाब असतो साक्षी
अस्त आपुला साजणवेडा जैसा अपुल्या वक्षी.

हे कारंजे ते कारंजे मावळतीची किरणे
गाई बापुड्या किती भटकतिल रंग बदलती कुरणे...

सांध्यपर्वातील वैष्णवी/९७

पुरुषाचे गणगोत

झोपाळा वृक्षावरती
आभाळ मोकळे वरचे
संध्येच्या गावी आले
गणगोत कुण्या पुरुषाचे?

अंथरला वेशीवरती
संसार फाटका त्याने
घागरीत भरती बाया
पाण्यातिल हिरवी राने.

जर भात शिजविण्यासाठी
फुलला न चुलीतिल जाळ
काढतो गळ्यांतिल जळकी
रंगांची मोहनमाळ....

निसटेल सरींचा झोका
पुरुषाच्या प्राणावरती
बैरागी तुडवित जातो
डोंगरात दडली वस्ती....

९८/सांध्यपर्वातील वैष्णवी

हा पुरुष तसा कैवारी
परडीत पाळतो चिमण्या
हातावर गोड मुलींच्या
ठेवतो कडू लिंबोण्या....

स्वप्नातच भिंगर झाला
सापडे कुणाला वारा
ती बाई मागुन घेते
पुरुषाला पिंगट तारा....

हा पुरुष जरी अनवाणी
तळपायी त्याच्या तीळ
काट्यावर पडता पाय
वाकतो सतीचा सूळ.

पाळण्यात निजले मूल
घालते कुणाला धाक
पुरुषाला चकवुन तीही
सोडते नदीवर हाक....

मैनाही दग्ध फुलांचे
स्वर्गांत उकरती घोस
पुरुषाला वाटे तेव्हा
गहिवरतो अपुला श्वास.

वाकल्या मुलीचे आम्ही
धैर्याने घेतो चुंबन
पुरुषाला बाया म्हणती
हा धूळ मागतो आंदण....

सांध्यपर्वातील वैष्णवी/९९

जॅपनीज रेस्टॉरंट सोडल्यानंतरचे स्मरण

हिवाळ्याचा अभेद्य,
एकांत परकोट
तोडून ती, तीन शहाणी,
हवालदिल माणसे
काठाकाठाने इथवर
आलीत...

काठाकाठाने जी; इथून
निघून गेलीत त्यांच्या
गळ्यातील ओळखीचे
ताईत; त्या तिघांनीही गळ्यात
अडकवून घेतले हाते.
निमूटपणे शहाणी; हवालदिल
माणसे असेच
काहीतरी
करतात का?

१००/सांध्यपर्वातील वैष्णवी

गेल्या वर्षीच्या शेवटात,
पण नक्कीच शिशिरकल्लोळाच्या
निःशंक आवारात; रेस्टॉरंटचा
जपानी मालक व जपानी वेटर
शेकोटीच्या लाल प्रतिबिंबावर
इकडे तिकडे कलत होते... कलंडत होते...

फक्त एक वृद्ध स्त्री, साखळीतील
कुत्री तुटल्याने, अर्भकासारखी
दुडुदुडु रांगत गेली -
इतकेच.
एरवी कोणत्याही शेकोटीच्या
तळातील प्रकाशरंग पकडताच
येत नाही, आत्म्याच्या
निर्धारानेही.
तुम्ही किती शहाणे होणार?
हवालदिल होणार किती?

तो तीन, सभ्य, हवालदिल शहाणे
फार हळुवारपणे, पण शिताफीने
नव्हे, एकत्रच शिरलेत रेस्टॉरंटमध्ये -
तिळ्याप्रमाणे.
नटाली, पाणी आणि पूल यांचा
चिमुकला आराखडा घेऊन, होडीतील
एकट माशाप्रमाणे, तिथे बसलीच
होती, टेबलाशी, शिशिरपालवी...
कारण नसताना (मूळ मुद्दा आठवत नसल्यानेही...)

व्हिन्सेट व्हॅनगॉगचा विषय निघाला...
कोणी काढला कळेचना.
नटालीच्या टाचण-टिपणात व्हिन्सेटच्या
भूमीतील एखाद्या पवनचक्कीची योजना
असेल, एवढ्याच संशयाने हवालदिल शहाणे
नटालीकडे बघत राहिले, रोखून.
विश्व बुडायला निघावे अशा
थरथरत्या
कंपभाराने उसळून एक हवालदिल
शहाणा आकांताने
ओरडला –
राजघराण्यातील रांडा नाही बसल्या
त्याच्या पुढ्यात, त्याच्या कुरूपतेचे
रूप सापडलेच
नाही त्यांना –
त्याने रंगावर उचलून घेतल्यात
वरच्यावर, अंतरिक्षाप्रमाणे,
मद्यमाणिकातील वासनेची वीण, बुंथी
उसविणाऱ्या रस्त्याच्या
काठाकाठावरील वेश्या, स्तनांचे
किळसवाणे, उग्र प्रदर्शन व्हिन्सेट मांडत
गेला आणि एकेक सती सावकाश
शिल्पबद्ध होत गेली काळ्या
कातळांच्या अमरगुंफात...
नटालीने मान वर केली तेव्हा
हवालदिल, शहाण्यांच्या
शुभ्र पुतळ्यातून, जॅपनीज रेस्टॉरंट
मंद मंद हुंदक्याप्रमाणे निनादत होते,
दूर दूर, शेकोटीपासून दूर...

माऊली

काय टाकशिल पोरी
संध्याकाळच्या
झोळीत?
माझे सारे गणगोत
पुढे आहे.

वारा अंधार सारून
भुतासारखा
वावरे
भिक्षा झोळिला सावरे
असे नाही.

काय झाकशिल पोरी
भिक्षा अन्नाच्या
बाहेर;
देह नागवला यार
झोपी गेला.
काय मागशिल पोरी.
भारोभारची
सावली
तुझ्यासारखी माउली
माझी होती.

सांध्यपर्वातील वैष्णवी/१०३

मित्र

सूर्यास्तातुन मेघसंघ निघती जाती पहाडाकडे
पक्षी सोडुन देश हा इकडचा या सूज्ञवेळी रडे
माझा मित्र असेल शोधित अता या अक्षरांच्या गुहा
गाईंची लयबद्ध वाट अडते ज्याच्या घराच्या पुढे.

त्याचे पत्र धरून राघव उभा तोही पुढे येइना
संध्येच्या शकुनात का बुडविसी मित्रा जुनी प्रार्थना
आभासावर भास हे उतरती की ईश्वराची कृपा
ताऱ्यांच्या विजनांत कोण निजले तू एवढे सांग ना.

चिंधी

काय झाले ग बोटाला बाई बांधिलीस चिंधी
मला सांग अगोदर सूर्य बुडण्याच्या आधी.
ओघाओघाने तुटले मग सावल्यांची साथ
संधिप्रकाशाच्या वेळी सारे कोसळती बेत.
झाडी गावाची राखण तिला डोंगराचा कोट
दिवेलागणीत मिटे पायाखालचीही वाट.
भाजी चिरतांना विळी तुझ्या लागली बोटाला?
तीक्ष्ण नखाचा घुंगूर गर्भाशयात तुटला?
सांग चाऱ्याखाली कोणी होता ठेविला कोयता?
याद वासराची येता हात पडला आयता?
रक्त जाण्यायेण्याचेही नाही जिवावर भय
नाळ कापली तेव्हाची मला हवी आहे लय.
काय सनईच्या वेळी गेली होतीस आढ्याला
उभ्याआडव्या पोताचा बाणा पिळून घ्यायाला?
दोरा चिरतो गळ्याला सुई बोचते टोकाला
रक्त तिळाएवढेच मग कसे ग चिंधीला?
धारपात्यांच्या शैलीचे बाई वेगळाले घाट
काही वाहत्या जखमा काही जीव घेती थेट.
मला आठवते बाई माझ्या बालपणांतली
जिच्या अंगावर वाटे होती केशराची जाळी.
आणि एकदा पाऊस साध्या मेघातुन आला
तिच्या देहाला रक्ताने हळू गोंदवून गेला...
कोणी बोलले कानात नव्हे साधे हे मरण
आता सोन्याच्या मोहरा नको ठेवूस गहाण...
त्याच बोलीने तुलाही आज विचारतो सखे
सांग चिंधीचे गुपीत फूल तोडल्यासारखे...

अंतरंगवेळ

काय फुलविसी माये,
सांजपावसाच्या वेळी?
घरी नाही मुलीबाळी,
कुशीतल्या.

काय चुकून राहिली
जुन्या अरण्यराउळी;
तुझी चंदनाची मोळी?
चितेपार....

कसा कोसळे पाऊस,
तुझ्या अथांगाच्या पार;
तुझ्या मुलींचा कैवार
कोण घेई?

वडापिंपळांचे पार
भुताखेतांनी व्यापले,
झाड पक्ष्यांनी झाकले
जागा नाही.

खालीवरचे सारेच
दाटीवाटीने भरले;
आत निःसंगाचे शेले
ओलेचिंब.

मुलीबाळींच्या चिंतेने
नको होऊस आंधळी;
अशा अंतरंगवेळी
तुझी तूच.

निज सुखाने तू माये
माझी दारात वाकळ;
तुझ्या मुलींचे झाकोळ
माझ्या डोळी.

संध्यादेवीची बाहुली

अर्धी फोडणी टाकून आता मालन येईल
लख्ख करपला वास दहा तोंडाने बोलेल.
केस विस्कटले तरी शिळ्या फुलांचा आधार
संध्या लपवून सारे तिचे उघडेल दार.
कोण नाकारतो बाई खुषी, पारध्याचे धन
बाण झेलण्याच्या आधी पक्षी होतोच शालीन.
वारा पल्याड रोखून तिच्या पावलांची घाई
माझ्या हातात पडेल श्वास पोळलेली जुई.
अशी असते प्रतीक्षा? मार्ग अडवी संसार?
अर्ध्या वाटीच्या पाण्याला वाटे आला महापूर.
कसा पांघरू अनंत संध्यादेवीची बाहुली?
आता उचल वेगाने माझी सांडते सावली...

दोन मुली

रुसली बाला मला म्हणाली
खडकामध्ये जाशिल का?
फत्तर फोडून माझे अत्तर
झऱ्यात मिसळुनि देशिल का?
अनुप्रासांचे झुंबर सारून
होईल तिथली अनाम धूळ
धुळीत दडला हतबल पक्षी
या वतनाचे देईल मूळ.

ओलांडुनि जा अनुसंधाने
क्षीण पऱ्यांचे झुलते पूल
लखलखणाऱ्या हिऱ्याप्रमाणे
तुला पडू दे अमुची भूल.

चार कावळे दारावरती
आले म्हणजे घर सजते
पानगळीच्या वृक्षांचेही
पाउल थोडे अडखळते.

स्वप्नांवरती ताण कशाला
द्यावा इतका सांग बरे?
या हाती जर आले काही
त्या हाताला कंप भरे.

मुलीच आम्ही रुसल्यावरही
मांडत जाऊ भातुकली
अमुची पाळी जाईल तेव्हा
दुसऱ्या येतिल दोन मुली.

१०८/सांध्यपर्वातील वैष्णवी

जिवाची वैष्णवी

मी पुरुष असतानाही
तू केस उदविले माझे
गंगेच्या पाण्यावरती
तू दिले केवढे ओझे!

बडबडती अवघ्या बाया
त्यांच्यातिल चौघी वेड्या
मंत्रांनी भारुन त्यांनी
ओच्यांत लपविल्या बेड्या.

मेलेली नागिण बुडवुन
डोहाचे भरले पाणी
सुसरीच्या पाठीवरती
चिरगुटे टाकली कोणी!

नागवी तुला करतांना
वर्तुळे तुझ्या भवताली
त्या नाचत होत्या सगळ्या
झाडांच्या खाऊन साली.

मी महाकवी दुःखाचा
प्राचीन नदीपरि खोल
दगडाचे माझ्या हाती
वेगाने होते फूल.

सांध्यपर्वातील वैष्णवी/१०९

तू वैष्णवि बाउलपंथी
देहाचा धरिशी ठेका
या कळ्या-फुलांना तुडवुन
तुज वारा देई झोका.

हें गोंदणटिंब कुणाचे
या माझ्या छातीवरती
नाकांत मोरणी पाहुन
हसतात सारख्या सवती.

सूर्याची नजर तशातही
खुडणार तुझी ना काया
तो टपून बसला आहे
गर्भास तुझ्या जाळाया.

हलकेच ओढुनी बाई
अंगावर घे तू माती
जळतात सतींची गावे
भरदिवसा रस्त्यावरती.

मी पुरुष असतांनाही
तूं बिल्वर मजला भरले
करुणेच्या सर्व कळांचे
लागले मला डोहाळे.

कातडी तुझी सोलाया
शस्त्रास लावितो धार
हा असा पुरुषही वेडे
देवाचा असतो यार.

सखीची मुलगी

सखीच्या मुलीला कसे काय द्यावे
उन्हातील हे भव्य शब्दांगण?
इथे चंद्र नाही इथे सूर्य येतो
स्वतः सावलीचा मुका साजण...

सखीच्या मुलीने जरी नीट केल्यात
उद्धारगंधातल्याही शिळा
प्रभू रामचंद्रां मला आज तू दे
तुझ्या सूक्ष्म देहांतल्या रे कळा.

सखीच्या मुलीला कसे काय सांगू
कुण्या मैथिलीचे निळे चांदणे
अरे रामचंद्रा मला हाक दे तू
असे अंजनीचे तुला सांगणे.

जळातील चांदीत मासा रडावा
तसा मेघ येतो सखीच्या घरी
घराच्या भयाने उभा श्वास तोलून
धरावी मुलीने पुन्हा बासरी?

सखी वाळलेली जरी या उन्हाने
मुलीला कशाने मिळे संचित
कुणी एक येतो कुणी एक जातो
नव्याने पुन्हा फाटते स्वागत...

अरण्यानुगामी प्रवासात माझ्या
मला गाठतो प्रस्तराचा थवा
कशी भेग सांभाळता रे फुलांची
जळाने इथे पेटते ना हवा!

सखीच्या मुलीचा जरी हात हाती
नि डोळे पुन्हा मंदिरांचा द्रव
गर्भाशयातून का मृत्यु माझा
मुलीच्या ऋतूचे करी आर्जव?

तिने जीव द्यावा असा जीव न्यावा
पुढे सर्व हो कांचनाचे धुके
लिलावातही वाटणे संभवे ना
अशाने सखीला कधी पोरके.

११२/सांध्यपर्वातील वैष्णवी

संभव

असतेच आपुले गाव आतल्या तिळाहुनि खोल
मी पुन्हा घराला आलो परतीचे घेऊन बोल.

सद्गतीत साजणवाटा शिंपडती उरले पाणी
शब्दांना गहिवर येता देवाची गावी गाणी.

वाराच धुक्याचा जोगी झाडांना कसली जाण?
सर्वत्र कळ्यांना देती एकाच फुलाचे भान.

सरसरूनी स्मरणामागे बावरते माझी माया
थोरल्या मुलीची व्हावी धाकट्या सुनेची काया...

किलबिलती परसामध्ये सावळ्या मुलींचे खेळ
पण गोंदणधारी विधवा मागती मुलींचे चाळ.

हा कसला संभव बाई फडफडत्या समईमागे?
दोऱ्यात सुईला दिसती तुटणारे तटतट धागे.

आजची सांज दारावर सांडते जांभळे रंग
सूर्यास्त म्हावे याला तर लख्ख चमकते अंग.

चल आज घराला पाहू तू नसलिस म्हणुनी काय
मृत्यूही मढवुनि देतो हळदीचे स्वस्तिक पाय...

देशांतर उजवित माझे सुनसान नदीच्या काठी
मी चंद्र पेरुनी आलो पांगळ्या विजांच्या पोटी...

मी वस्त्रच होईन माझे अंगास झाकणे संग
नागव्या त्वचेवर फुलतो कनवाळू मी निःसंग.

छायेवर तोलुनि भार येऊच नको तू दारी
अस्थींचे कणखर तोल ढासळती संध्याप्रहरी.

कवितासंभव : द्विदल

१. माया

हिमनदीत उठला जाळ
रत्नवेल्हाळ
पुरातन नगरी
प्रतिमेवर हलकी साद
तिचे पडसाद
उजविती लहरी.
गुंफेत निसरडी वाट
जुनी वहिवाट
मला ना उमगे
हृदयातुन निघतो बोल
तळाहुन खोल
मेंदुला बिलगे.

दगडाचे अश्वक दोन
नसे त्या भान
उधळती वेग
घुमटातुन झरतो रंग
तुझा सारंग
काढितो माग.

भयगार स्तनांवर हात
दिसे दिनरात
तिचा अभिसारा
वेणीत शिरे नागीण
गिळे उसवून
कस्तुरी गजरा...

११४/सांध्यपर्वातील वैष्णवी

थरथरते वरचे स्थूल
जशी जळवेल
तळ्याच्या काठी
पाऱ्यातुन झरतो स्पंद
तुझा जिवबंध
गळ्यातुन ओठी.
तू होशिल कुठले फूल?
फुलांची भूल?
धुळीच्या यात्री;
शब्दांवर झरतिल चांद
जशी लय मंद
कवीच्या गात्री.

२. हिरकणी

तरंग बकुळा
नसुन व्याकुळा
पाण्यापाशी मंद रडे
अश्रूमधल्या
पाण्याचाही
तिच्या नभाला रंग जडे.

स्तन थरथरले
स्पर्श बिथरले
समिर फुलांची घुमली हाक
बेंबीमधली
कंच हिरकणी
तिला विनविते थोडी वाक.

किणकिण म्हणजे
कंकण नाही
चैतन्याला कुठले नाव?
गर्भ जडावा
म्हणून सुटली
या वेडीला कसली हाव?
स्वप्न विकाया
हडळ निघाली
तिला सापडे धुक्यात गाव
त्याच्या पुढचे
उचलुनि घ्याया
नाव तोडुनी पुरात धाव.

आलिस तेव्हा
माथ्यावरती
आभाळाचा नव्हता कौल
त्या देवाने
या देहाचे
कसे जोखले मोल?

पल्याड बघ ना
तुझ्या मुलींनी
नगर उभविले रातोरात
कमान त्याची
चुंबुनि घेती
नक्षत्रांचे मंथर हात...

थेंब

साधे दुखणे म्हणून हिने वाढू दिला कोंभ
रानझरीच्या वैद्याने गावी उठविली बोंब.
हिने दिराच्या मुलीला फूस लावून आणली
तेव्हा दिवाही नव्हता वेशीपारच्या राऊळी.
सूर्य कलतांना थोडा ढग पांघरून गेला
तशा भीतीने सावल्या झाल्या लगोलग गोळा.
देह दाखवाया गेला वैद्य जोगिणीच्या घरी
तीही विटाळशी तेव्हा झेले चांदण्यांच्या सरी....
गेली आढ्यावर वेडी लागे शोधाया बासरी
ह्याच्या पोटांत शिरेना धार लावलेली सुरी...
साऱ्या अंगाचे गोंदण हिने लाविले मुलीला
श्वास रोखून सांगावा दिला चाफ्याच्या फुलाला.
दिले सोडून पाखरू जाई आंधळ्या गुहेत
तिथे डाळिंबाचा दाणा शुभ्र-मोत्यांच्या पेटीत....
गेली मांजरीच्या मागे एक घेऊन डहाळी
तिथे नेमाने आठवे ओल्या स्तनांची नव्हाळी....
तसे शहारले प्राण मग वाकली जराशी
कान लावला बेताने उभ्या मुलीच्या पोटाशी....
ऐके स्पंदनाची झूल रक्तमासाच्या प्रहरी
हत्ती कोणता घेऊन जातो जिवाची अंबारी?
दिवेलागणीचे दिवे मंद आचेने पोळले
दुःख आतल्या गाठीचे हिने कोरडे गिळले...
एक अत्तराचा थेंब त्याची तऱ्हा जीवघेणी
कूस पालटतो देव बाई फुलांच्या स्मशानी....

सांध्यपर्वातील वैष्णवी/११७

।। सती ।।

I am leading the stars of distant horizons;
Because I have followed the confession of the
Prophet...

— **Virani Grace**

जेथे सावलीचा गाव तेथे काळोखाचा देव
माथी सुळका डोंगर खाली नदीमध्ये नाव.
तीही आत्ताच सारून आली पाराला वैष्णवी
जिला दिसते पाण्यात गर्भाखालची पालवी...
कंच नावेत शहारा ओली वैष्णवीची धूळ
गुप्त लिपीत महंत जसे झाकिती राऊळ.
साऱ्या गावाचे आंदण रोज न्यावेच पाराला
तरी नावही एकटी त्यात नावाडी आंधळा.

१९८/सांध्यपर्वातील वैष्णवी

पाणी ओशाळते थोडे नाव थकता विसावे
याच क्षणाला म्हणती तिला दिसती चकवे!
गाव पुण्याईचे धनी नदी नावेतली राणी.
तरी अधीर बोलांची अशी रचू नये गाणी.
वेग कोसळून जेथे दिसे थकव्यासारखा
तीच अपाराची खूण देव चकव्यासारखा?
पाणी देता घेता काय होई थेंबाचे स्मरण?
एका कहाणीला पुरी एक तहान तारण.
तिने पाहिला पाऊस ढगाढगांच्या पल्याड
साध्या मोळीसाठी जिथे कुणी तुडवी पहाड.
तिची पोरे दाताखाली घेती पाणसर्प निळे
तीच गवताची पाती तीच गवताची मुळे.
हिच्या लेकी झेलताती चोळी फाडुनिया रान
चार जांभळाच्यासाठी होई पारधी गगन.
कोण नावेस जोडतो गूढ पाण्याचे अस्तर?
हिने नांगीस पिळता निघे विषाचे अत्तर...
तरी जोगियापुरुष तिचे सावरतो पाप
रक्तआलिंगनासाठी लागे आकाशाला धाप.
तिची कल्लोळती पिले ओटीपोटाच्याच खाली
जसा मशालीच्या मागे उभा अंधाराचा वाली.
तिच्या डोळ्यात पिपासा देही वासेनचा दर्प
त्वचेखालून झेलते त्वचेखालचेच सर्प...
माझे पाण्याचे मरण माझी नावेतली गाणी
तुझी उजळता उल्का मला मागू नको पाणी...

कोसळलेले घर

घर कोसळले ग मधुरा
मी उदासिनी बघ झाले
कपटाने जोगी माझ्या
गाईंना घेउनिं गेले.

भरतार नसे अळुमाळू
भिजविल्या जरीचा काठ
विटलेल्या वस्त्रामधली
सुटलेली रेशिमगाठ.

उदविल्या संथ संध्येची
घुंगरांत होती धूळ
देवाचे माणुस गेले
तळहाती उचलुनि जाळ.

पाळले जनावर उमदे
ते गेले दचकत रानी
नाशाची चाहुल येता
होतात सर्व अभिमानी!

स्वप्नांना साजण नव्हते
दुःखाला नव्हता धावा
कृष्णावर संकट येता
राधेने गिळला पावा.

भयसंग अंगभर झाले
घर कोसळले ग मधुरा
मी नव्हते शय्येवरती
हा इथे कुणाचा गजरा?

कौलारी फट थोडीशी
चांदण्यास लागे धाप
आंधळ्या मुलीला माझ्या
भिंतीवर दिसला साप....

हाडांच्या सोलिव शंका
हे वृत्त शब्द गणमात्रा
तू चंद्र उजळले तरिही
ग्लानीच कशी ये गात्रा?

गणगोत सांडल्यावरती
कनवाळू उरले धागे
देवींच्या मुद्रेवरती
कुलवंत शिराणी मागे....

जर अश्वमेध सरला तर
तो आठवणीने धाडा
पिळल्यावर माझे माणिक
ठेचल्या खुरांचा घोडा....

जळबिंदु मोजती मासे
डोहात नदीची ठेव
धीराने दे तू मजला
बुडणारी एकट नाव.

जळसंचित नेतिल बगळे
चांदीच्या पडल्या गारा
मी अंगण झाडित होते
घर कोसळले ग मधुरा....

सांगातिणी

आंधळीचे मूल गेले पांगळीच्या पाशी
एकाएकी प्राणामध्ये झाली कासाविशी.
सांगातिणी झाल्या गोळा प्रेयसीला भय
सगळ्यांना सांगू कशी? सृजनाची लय.
आक्रंदुनी झाल्या मग कैदाशिणी फक्त
संभोगाच्या आडोशाने चाटताती रक्त.
सिंहासन दुभंगले कडाडती विजा
फकिराच्या सावलीत गुप्त झाला राजा....
वारा येतो वारा घेतो निर्गुणाची जाळी
टांगणारे भांबावले सूळावर चोळी.
सांगातिणी रडवेल्या मोडताती बोटे
समुद्रात बुडविती समुद्राची बेटे.
प्रेयसीने हाक दिली धाव आता देवा
कवीपाशी पोचेल का? प्रत्येकीचा धावा.
चुंबनाने दुखावला शब्द जाई पार
सरावाने निढावले सत्य होई थोर.
कोनाड्यात विंचू आणि तिथे निरांजन
नांगीसाठी ज्योत झाली विधात्याचे घन.
आठवतो आई तुला अर्थ भारोभार?
माझ्या वेळी अंधारात तुझा होता यार.
त्याने दिली मूठ तुला शस्त्र पाजळाया
वैरिणींच्या वेषामध्ये ओळखीच्या बाया.
कवितेच्या चरणात सरणाचा तोल
जळणाऱ्या लाकडाने मागू नये मोल.
भेटीगाठी घेणाऱ्यांनी मागाहुन यावे
माझ्या हाती आज आहे वासरांचे दावे.
नथ मोडणारी नको तिची लेक आणा
विधुराच्या संसाराचा मोडू नये कणा.

चार माकडे

या चार माकडांची टोळी निघून गेली
आकाश सोडले तर, ह्यांना कुणी न वाली.
त्यांच्यांत एक ज्येष्ठ तो सारखा पाहातो
याही उन्हात वारा पाण्यावरून येतो.
इथली प्रमाणसत्ये कळतात का तुला रे
कुठल्या नदीत दडले हृदयातले किनारे?
जळबिंब सावलीचे रक्तास टाचतांना
त्यातील एक मादी सोडून देई पान्हा.
वणवे उन्हावनाचे सर्वत्र पेटलेले
की तप्तकांचनाचे रानात सर्प गळले.

सांध्यपर्वातील वैष्णवी/१२३

क्षितिजांतुनी निघाली दिप्तीसमान हरिणे
त्यांची कुणास ठाऊक जळलीत गार कुरणे.
मग वाळवंट स्मरले त्या वृद्ध माकडाला
वेदातल्या ऋचांची तो शक्ति गात उठला.
डोळ्यात तांबडी ये त्याच्या भयाण ग्लानी
मदिरेत पेटती की रत्ने सुजाण मानी.
राखून खोड भवती देऊळ कां उरावे?
मग दोन माकडांना वाटे निघून जावे.
मादी तशी शहाणी घे आसमंत जवळी
क्षण एक ती दिसाया लागे कशी निराळी.
सेतू तुटून मागे येईल भव्य पाणी
वाटे तिला रचावी आता समुद्रगाणी
कनवाळुही तरी का अदमास हिंस्त्र झाले
कवटीत एकट्याने जावे निजून अपुले!
तो थांबला जरासा वाटे तयास आले
कुणि राघवाप्रमाणे घेऊन चंद्र ओले...
झाला क्षणात दगडी तो नम्र शांत तरिही
टोळी पुन्हा जिवाला बिलगेल वेगळीही...
त्या वृद्ध माकडोन तिजला नखांत धरले
आणि मुठीत डोळे फोडून बंद केले...
गांधारि आंधळी कां त्याचा विषाद नाही
धृतराष्ट्र आंधळा कां हा प्रश्न जीव घेई.

हिमसंध्या

हिमसंध्या माझी माया
प्रतिभेचे भोळे अंगण
खडकांच्या खांबावरती
शब्दांचे झुलते तोरण.

तक्रारपथावर माझी
चुकूनही पडे ना छाया
झाडांना नुसती पाने
हाडांची कणखर काया.

पांढऱ्या बर्फभाराने
झाकले चर्चही दिसते
दूरात स्टेशनामधुनी
गाडीची चाहुल येते.

संकेतखुणांना मोहुन
जडते न जिवाला नक्षी
पर्वतही कोसळताना
नसतात कुणाला साक्षी.

हिमवर्षावाचे नाद
चोचीत पाखरे भरती
तडकल्या उजेडामागे
सर्वांची गळते माती...

स्मरणाने आतुर होउन
वतनाच्या जाता गावी
वैऱ्याच्या वाटेवरही
नसतात कुणी प्रतिद्वंद्वी.

सांध्यपर्वातील वैष्णवी/१२५

मृत्यूही सुज्ञपणाने
स्वप्नांचा धरितो फेर
कुठलाही क्षण कवळावा
सर्पासम असतो गार...

वाद्यांच्या तारा पिळुनी
कुणि सूर मधे अंथरला
मग खुशाल समजावे की
तो वादकही गहिवरला

देहावर पांघरला तू
जो उष्ण उदासिन कोट
कोठल्या व्येथेने विणले
हिमसोलिव त्याचे काठ?

फुलपात्र रिकामे धरती
शृंगारबळाचे बाहू
खिडकीवर पडदा सोडुन
हा दीप कुठे मी ठेवू?
हा प्रदेश निर्जन तरिही
तू तरसी आपोआप
कां पडते अपरात्रीही
दारावर माझ्या थाप?

नख रोवुन घेतांनाही
अपुलेच असावे मूल
हिमसंध्या म्हणजे मित्रा
निष्णात वैभवी भूल...

१२६/सांध्यपर्वातील वैष्णवी

बकुळा

ही दचकुन उठते बाई
अपरात्री बडबडते ही
गावातिल वेडे म्हणती
ही प्राणपणाची ग्वाही…

औदुंबर सडला म्हणते
बुंध्याला उकरुन काढा
अन् देवचांदणी तिथली
भयसूत्रामधुनी ओढा…

प्रतिमेस हिच्या कवळाया
आकाश वाकते भंवती
आईला चुकवुनि बहिणी
पदरात हिच्याही दडती…

फिरकीच्या तांब्यामधली
घटघटा प्राशिते गंगा
आलिंगन फुलण्यासाठी
आतून सजविते अंगा.

कधि दर्पणमग्ना होउन
डोहास पालथे घाली
निजलेल्या प्रतिबिंबाच्या
गालावर चढते लाली…

प्रत्येक गढीवर काढी
ही पद्मकळ्यांची चित्रे
पाताळघरांतुन हिजला
येतात कुणाची पत्रे…

जर डोमकावळा दिसला
तर म्हणते याला पकडा
यानेच नदीवर नेला
चोळीचा रंगित तुकडा…

ही म्हणते मी तर बकुळा
नक्षींचे एकट फूल
उरली तर पळवुन न्यावी
काळाने माझी धूळ…

सांध्यपर्वातील वैष्णवी/१२७

वेध

या कातरवेळी बाई
हा कोण वाजवी शीळ?
की अस्तचलाहुन येते
मेघांची भिजली ओळ.

थरकाप अचानक होतो
समईतुन ओघळणारा
झाकल्या गवाक्षामागे
अवघडला सायंतारा.

सनईची रेघ वितळते
डोंगरात दिसतो जाळ
अभिचार-मंत्र शिकणारा
उपसतो नदीतिल गाळ....

आतडे टांगुनी उलटे
एकेक उसवला पीळ
एकांत विराणीसाठी
उगवतो स्तनांवर तीळ....

बघ माझी बाळे सुंदर
खुडताती मोरपिसारा
पदराच्या इतक्या चिंध्या
नेईल कसा हा वारा?

मी आत्ता जाउन येते
तोवरी राख हे पाणी
थोरली तशी पायाळू
तू माझी लेक शहाणी....

गे प्रियकर माझा भोळा
देहाचा मंथर साजण
वाळल्या फुलांचे विटले
तो ऐकुनि घेतो स्पंदन....

गाईला टाकुनि चारा
सर्पाला देशिल दूध
टाळूत कुणाच्या घुमती
हत्येचे माझ्या वेध....

आणखी एका पोरीची कविता

ही गुणगुण जेथुन येते
त्या खडकचांदिच्या लहरी
कुणि काही म्हटले तरिही
पाण्याला जावे पोरी.

या कुवारणीच्या प्रतिमा
येतात नदीच्या ध्यानी
ती संध्यासमयी म्हणुनी
मुद्दाम झटकते पाणी....
चंद्राचा पडता तुकडा
चोचीत उचलतो बगळा
पुळणीच्या रंगामध्ये
काळोख मिसळतो सगळा....

त्याची गे कसली भीती?
स्तन वागविणाऱ्या आपण
अपुल्याच त्वचेच्या खाली
जागता असे ना साजण?

जर हेही ब्रीद निसटले
तर कशी कुणाची साथ?
मरणाच्यापूर्वी हंसहि
हृदयावर लिहितो गीत.

वृक्षांच्या काहुर छाया
सामोरी जळते प्रेत
शाखात अडकली घरटी
पक्ष्यांना सांभाळीत.

कळपाला मुकले एक
ये गिधाड तीरावरती
करुणाच उजळते वेडे
दृश्याच्या आतिल ज्योती.

तू गळ्यात घालुनि घे ना
हा रानफुलांचा हार
जर तोल कदाचित् सुटला
मातीची घडविन घागर....

सांध्यपर्वातील वैष्णवी/१२९

सारंगा

सारंगा परतुन आली
वाजती सख्यांचे चाळ
पदरात अडकली त्यांच्या
चांदीची उडते धूळ....

घडिघडी विघटतो वारा
बांधावी त्याची मोळी
उमजेल सख्यांना कैसे?
अंगांत फुलांची चोळी.

प्रतिबिंब जळाशी ठेवुन
सारंगा झाली गौळण
परतीच्या वाटेवरती
पणतीचे फिटते अंजन....

शोकाकुल झाले मेघ
गावांत धुळींची स्मरणे
उजळून कुणी देइल का?
मातीत गाडले सोने.

झाडात दाटती जेव्हा
सावल्या जिवाहुन भारी
सारंगा माझ्या मागे
ठेविते निळी अंबारी....

सारंगा मालन होती
तेव्हाही होतें पाणी
कवि एखादाच उजळतो
स्वप्नांची सत्य कहाणी.

उघडा हो वैष्णव गुंफा
काढा ना तिथला मोर
त्या कृष्णपिसाऱ्यावरती
वाऱ्याचे होतिल वार....

राखेची असते मादी
शब्दांना नसते तंत्र
मृत्यूच्या कानामध्ये
गुणगुणता येतो मंत्र.

मी नम्र शहाणा याचक
मागतो उन्हाची भीक
कातडीस सांभाळाया
झोळीचा पुरतो धाक....

सारंगा परतुन आली
वाटेवर पडला रांजण
त्यातून मला उचलू द्या
आईचे माझ्या पैजण....

सांध्यपर्वातील वैष्णवी/१३१

गाणे

मी उदास बसलो आहे
या एकट ओढ्यापाशी
परतीच्या गाई मजला
कां दिसती आज उपाशी?

मज वाटे येतिल मागुन
गहिवरले हंबर कांही
साथीच्या गावामध्ये
की कुणीच उरले नाही?

कापराप्रमाणे उडाली
हृदयावर सजली ओळ
झुळझुळत्या अंगालाही
कां आतुन आली भोवळ?

सावल्या तुझ्यावर पडती
राखता उन्हाची गाणी
कां तहान विझवत नाही
हे तीर्थबळाचे पाणी?

जरतारी दिसता दिसता
हो मेघ अचानक भगवा
पाण्यावर तरणाऱ्याही
पाण्यातच बुडती नावा?

मी आठवतो ती राने
भटकल्या दिशांचे छंद
छातीचे लक्तर गळले
चोळीचे तुटता बंध....

कोरिले ललाटी चक्र
तरि आडोशाला आपण
अंधार जरासा उचलुन
हातांची केली गुंफण.

हे एक पाखरू म्हणजे
जर चार फुलांची माती
गातांना मी उजळू का
या सर्व दिव्यांच्या वाती?

१३२/सांध्यपर्वातील वैष्णवी

वृत्त

घडवीन असे मी वृत्त
प्राणांच्या अलगद खाली
अन् करीन पाउस इथला
शब्दांच्या पूर्ण हवाली.

मावळत्या सूर्यफुलांचा
तू गळ्यात घेशिल हार
खडकावर पडते जैसी
अज्ञात जलाची धार.

वळचणीत चाहुल लागे
बैरागी, सोबत गाय
थरथरत्या दोघांचेही
माखले धुळीने पाय.

हातात विस्कटे त्याच्या
मेघांचा माणिक तुकडा
मी प्रकाश पिळला तरिही
हा ऐवज मिळतो थोडा!
जर वृत्त मोडले कोठे
की लयीत ढळली मात्रा
देवाचा कौल म्हणूनी
शोधीन पुन्हा मी यात्रा.

स्मरणात उगवले तेव्हा
पायात चिरडले नाद
प्राचीन कुण्या नगराचा
उत्खननी ये पडसाद..

आरसा बघाया थोडा
का प्रकाश लागे बाई?
बिंबाने प्रतिबिंबाला
जर केली आज मनाई.

जर दुःखभराचे वारे
पेशींना पिंजत आले
सरणावर चढण्याआधी
मग आपण व्हावे ओले,...

शिशिरात केवढा भारी
छंदाचा असतो ताळा
पाचोळा जर आवरला
तर उडती अंतरमाळा....

ही लहान तरिही नाही
कोवळ्या परीची जागा
जळतांना झळझळणाऱ्या
नसतात हिऱ्यांच्या बागा....

बघ अशा अवेळी कोणी
परदेशी माणुस आले
हातावर त्याच्या द्यावे
शेवटचे अक्षर अडले....

जर शिणलो गाण्यापाशी
उरले न जरासे त्राण
तर मित्र होउनी मिथिले
कवटीचे अस्तर आण....

अश्वदूत

आहेस कुठे तू सांग
मनाचा थांग
लागला नाही;
माथ्यावर पडते धूळ
जडाचे मूळ
जडावर राही.

गिरकीत तडफडे पान
पशूंचे भान
सारखे जाणे;
हे उतार अडती फार
जरी निःसार
जिवाच्या मैने.

प्रेमांत मिठीचा संग
वासनारंग
उभ्याने द्यावा;
दिप्तीत उजळते हाड
कातडी काढ
कशाला मरवा?

पाण्यात बुडाली नाव
तरी हे गाव
सजाया गेले;
मी कशास द्यावा बोल
कबीरा झेल
तुझेही शेले.

दारात बसू दे शांत
उपाशी संत
रडे का बाई?
उन्मादुन म्हणतो जीव
मीच संजीव,
केवढी घाई?

संध्येत उतरले दूत
जुन्या मुलुखात
पेटली राने;
युद्धावर जाती अश्व
बापुडे विश्व
मागते दाणे.

सांध्यपर्वातील वैष्णवी/१३५

सांध्यपर्वातील वैष्णवी

हिऱ्यांच्या झळाझळीतले स्वप्न सांधून
संध्याकुलातून येता घरी;
मेघांप्रमाणे निनादे निनादे
फुलांच्या घड्यातूनही ओसरी.

घरांच्या किनाऱ्यातल्या वैभवाच्या
खुडाव्यात झंकारलेल्या व्यथा?
पहाडात दडणार नाही कधीही
पहाडातल्याही दरीची कथा.

ढळे अंतरिक्षातली भिंत भगवी
जसा पानगळतीतला गारवा
या अंगणातील सूर्यास्त झाकून
पंखात घेतो जसा पारवा.

गावावरी दीर्घ मायेप्रमाणे
ढगांची उभी ठाकली सावली;
संध्येतल्या कस्तुरीच्या कलाने
मृगांची कुणी मांडली कुंडली?

की वाळलेली ढिगाऱ्यात पाने
नि पानांतुनी सर्प वेल्हाळती
अरण्यातल्या अश्वमार्गामधे ते
मला गाठती वेढती, झोंबती?

तरी शब्द निःशब्द झेलून घेती
विवार्तातल्या सर्व नृत्यांगना;
या पद्मबंधातले मंत्र प्राणान्त
की सोसताती तुझ्या यातना?

रंगात काहूर भारावले पार
प्रतिबिंब बिंबास ओलांडते;
स्मरणातले संग स्मरणात येता
सतीच्या मुलीची रती वाकते...

तिचे वृत्त संपृक्त नादावते
प्रस्तरातील रत्नाप्रमाणे मुली!
जशी सूर्यनारायणाला जडावी
मुक्या माळरानी तिची गोधुली....

अर्थान्तरन्यास लंघून पाणी
विराणीतले वीष सांभाळते;
घरंदाज हाकातल्या तारकांना
नदीच्या किनाऱ्यात बोलावते...

बैरागले कावळेही उडाले
असे संधिकालातले पार्थिव;
ओळीतली ओल प्राशून प्राशून
झाले सुभाषितही आर्जव...

खडावात शब्दातल्या तीक्ष्ण जाती
अनुप्रासली साद ये सारखी;
वृक्षातल्या गूढ छायाप्रकाशी
निघे प्रेषिताची जशी पालखी...

निळाईत अंधार देहात गांधार
संध्याफुलांना दिसे ना दिवा;
स्तनाग्रांवरी दग्धता जी लकाके
तयांनाच ती भासते काजवा.

माझ्यातला ओढुनी गार वारा
प्रपातात ओशाळते जान्हवी;
पृथ्वीपल्याडून चंद्राअल्याडून
ये सांध्यपर्वातली वैष्णवी...

१३८/सांध्यपर्वातील वैष्णवी

सल

भले मोठे झाड बापा
फांदीवरून गळले
ऋतु सांगोत काहीही
फुलापाकळ्यांचे शेले.

काल दुपारीच गेला
दारावरून पारधी;
सांजधुळीचे अंगण
रांगोळीच्या टिंबाआधी.

अंग केवढे लबाड
सले गोंदणाच्या जागी,
कोरा तडकला माठ
रानी वैशाखाच्या आगी.

तुझे चालणे चाफ्याला
कसे येईल भिंगोरी;
तट्ट दाटल्या स्तनाचा
भार तुझा छातीवरी.

काही मागायचे नाही
कोण ओळखीला आले;
माझे रडणेही मला
ऐकू येईनासे झाले...

सांध्यपर्वातील वैष्णवी/१३९

सूर्यास्त, कावळा आणि पिंडाचा गाव

एक कावळा
सूर्यास्त
ओलांडून
गेला.
कुठे गेला?

क्षितिजाच्या पार
की
पारावरच्या क्षितिजामागे?
झाडांच्या अध्याहृत
बीजांमागे?
त्याच्याही पुढून येणाऱ्या बहरभारातील
वाऱ्याची संदिग्ध
हालचाल ऐकू आली
म्हणून उडून गेला
तो?

अपूर्वाईच्या कथा पूर्वीही होत्याच
तरीही तुझ्या हातांची
ओंजळ
आणि तुझ्यापासून दूर
असलेले झाड;
झाडावर दिसणारे पण
डोलतांना नसणारे
फूल...

१४०/सांध्यपर्वातील वैष्णवी

ते कावळ्याला
दिसले?
एकाक्ष इवल्याशा घळीत
हसले?
तू या छंदोबद्ध अंतराचे
काय करशील?
करशील
काऽऽऽय?

तुकडे
करशील?
खंड पाडशील?
खंडातरही
करशील?
मग फूल तर सोड,
फुलाची संभावनाच
राहणार
नाही.
अरे! कावळा सूर्यास्त
ओलांडून जातो म्हणजे
पुन्हा सूर्यास्ताच्या
शोधात, त्याच पहाडीवरून,
कलंडून परत येतोच की
पिंडाच्या गावात...

सांध्यपर्वातील वैष्णवी/१४१

संध्याकाळचे मागणे

घरी मागाया अत्तर
संध्याकाळीच तो आला;
नीरांजनाच्या ज्योतीत
फुलपाखरांचा शेला...

१४२/सांध्यपर्वातील वैष्णवी

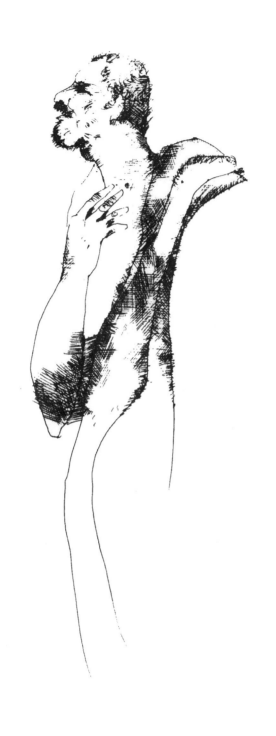

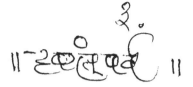

Experience is the death of that incommunicable mystery; to communicate you need a word, a gesture, a book, but to be in communication with that, the mind and whole of you must be at the same time, with the same intensity as that which is called mysterious.

खेळातील मुलगी

हे बांधकाम संपेपर्यंत ती अशीच
खेळत राहील
नदीला छळणाऱ्या वाळूसारखी;
भुरभुर, भुरभुर.
तिच्या ध्यनीमनीही नाहीत हे आकाशव्यापी
मजल्यांचे पहाड!
ती साधी गोजिरवाणी, भित्री खार.
तिचा संबंध त्या एकुलत्या झाडाशी;
त्यालाही एक तात्पुरता हेतू.
कामकारी स्त्रियांच्या मुलामुलींचे झोपाळे
राखत बसणे.
(माझे हात शिणलेले, जड!)
हे पहा ना, गुलाबाच्या परड्या ठेवून त्या चार मुली
कशा पळून गेल्या समोरच्या गावात वेगाने,
दुष्ट बातमीसारख्या.
झाड तर तोडलेच पाहिजे.
मान्सून परतण्याआधी!
सार्वजनिक उद्यान होणार असेल तर,
हिला एका रिकाम्या परडीत दडवून ठेवू......
पण, मुली तर केव्हाच्याच अदृश्य
झालेल्या.

सांध्यपर्वातील वैष्णवी/१४७

एका अध्याहृत कवितेच्या आठवणी

Adam did not want apple
for apples sake. He wanted
it because it was forbidden;
If God had forbidden serpent
Adam would have eaten serpent.

१.

या अभिराम संध्येचे रंग कुठेतरी कोसळत असावेत
मित्रा; मेघांना हे कळत नाही म्हणून ते आर्जवाची
शिल्पे तोडून फोडून वितळतात; पायाखाली
अपरंपार पाण्याचे पाताळ असूनही घडविलेल्या
प्रतिमांच्या रचनेच्या राखेत मिसळून टाकतात.
असाच का असतो जडात लखाकणारा
अपुला साजणशोक?
सारणीच्या पुलाशेजारी पाण्याच्या अभंग तुकड्यात
सूर्य इवलासा होतो तेव्हांही अस्तित्वपेचात
सापडते का हाक?
सुभाष! निर्णयाच्या दिवशी आपण सारेच तर नागवे
असू/त्याची शरम आत्तापासून कशाला?
गव्हाचा दाणा नागवा पेरला तरी वस्त्र घेऊनच
उगवतो.

२.

या शहरात एका बाजूचे आकाश थोडे खरचटले
म्हणून आभाळ नसलेल्या गावातून उठून तर
आल्या नसतील घारी?
टेबलावर अंथरलेल्या माझ्या भिक्षेत त्यांच्या
पागल उन्हाची रत्ने मिसळलीत का?
काष्ठशिल्पाच्या होडीतून हिला, एकटीलाच पुढे
नेणार आहेत. हिच्या दुर्गंधी शरीरावर पांघरणार
आहेत भयाण उन्हाचे सोलीव कातडे ...
या माथेफिरू वादळाचा मी शपथपूर्वक समजून
घेत आहे आवाका;
आपल्या अंगमोडणीचे कडाड् आवाज ऐकणाऱ्या
शिशिराला आत्ता सापडेल का हरवलेल्या
भावांचा हुंदका?

३.

गझाला सारंग! सुभाष, फार पूर्वी नष्ट झालेल्या अभिसार
हरिणांच्या कळपाची राणी. नीट ऐक मित्रा ! रंगांची
गुंतवळ नको करूस. अशावेळी, एका हाताने हृदय
कुरवाळीले तरी दुसऱ्या हातातून मैथिलीपिळाची स्वप्ने
घसरु लागतात ...
माहेर हरवलेल्या उदासीच्या महावर्तुळातील झाडीत ही
गझाला आयुष्यभर हॉस्पिटले बांधून राहिली.
देशांतराची असोत की दिशांतराची असोत; पाखरे
परतलीत की ठेवणीतल्या स्तोत्रांवर ती त्यांची
आरास मांडायची/उरलेल्या शिलाखंडांवर मृत्यूची
नोंद करुन गर्भार ऋतूसारखे तिचे आयुष्य
लहरींच्या आरपार निघून गेले; आता सांग मित्रा !
या वैराण आरशांची शिवण कशाला उसवीत
बसू मी?

४.

सुभाष! मला रेवतीच्या मांडीवरही नीज येत नाही;
वाळवंटाची बुंथी घेऊन तर वाहत नसेल ना ही?
तिच्या स्तनांवर चित्रलिपीतील देवांची अक्षरे
कोरली आहेत / भाई ! तिच्या बुबुळांवरील माझी
सर्व चुंबने सतीच्या हिमशैलीसारखी
वितळत आहेत / तिने डाळिंबाच्या जुनाट कवटीत
पहिल्या संभोगाचे शालीन गजरे
जपून ठेवले आहेत

५.

सूर्य इकडे कलतो म्हणून मी हे अस्ताचे आकाश
तिकडे का नेणार आहे? हृदय अपुरे पडते म्हणून
प्राणांचे निर्मळ दिलासे का काढून घेणार आहे?
सुभाष! तूही कशाला असे ठार ठार गडद संदर्भ
उचललेस माझ्या अश्वशाळेतून? थोडा थांब,
मिथिलेची कविता वाचतोय मी. ती म्हणत्येयः
चार कुबड्यांच्या गावातील चर्चमध्ये तुटलेली
घंटा किती दिवसांपासूनची / पहाटे परतण्याच्या
बोलीवर संध्याकाळ होताच चार देवदूत स्वर्गातून
गावात उतरले / काम जोखमीचे-रात्री संपणार
नाही तर पहाटेला स्वर्गाची दारे बंद होतील- म्हणून
देहनिनादाच्या लहरींना बांधून लगबगीने परतले ...
तिघे सुखरूप स्वर्गात / एक लंगडा होता / तो नाही
पोचू शकला / दारावरच त्याला किरणांनी घेरले ...
तो लंगडत पृथ्वीकडे परतला / धूळीत एक मूल
देठ तुटलेल्या फुलाशी खेळत होते त्याच्या
हातावर फूल ठेवून ते गावाच्या दिशेने पळून गेले ...
सुभाष ! रात्र सरेपर्यंत हे वाद्य मी वाजविणार आहे.

६.

यात्रेत अडकून पडलेल्या विधवेच्या मुली आता
पारावर येतील त्यांच्या वेण्या मला
घालून द्यायच्या आहेत;
त्यातील काही फुले उरलीच तर ती तळघरातील
तिजोरीत ठेवण्यासाठी या वृद्ध पूजाऱ्याला मी देईन ...
सुभाष ! माझे काम संपलेय आणि मी खडकावर
बसलोय आता. कळप चुकलेली एकदोन जनावरे
उगीचच माझ्या पायाशी बसून आहेत इथून
कवितेच्या कमानी कुठपर्यंत शोधत नेता येतील
याचा विचार मी करतो आहे;
अवयवांची शहानिशा करूनही या संध्यासमयी
मी स्वेच्छेने सरतो आहे .....

सांध्यपर्वातील वैष्णवी/१५१

पासकिलीज आयलंड

श्रीज्ञानेश्वर / बेन किंग्जले आणि रघुवीर यादव.

एका ग्रंथगंभीर ध्यानतंद्रीतील
करुणेच्या प्रतिमांशी
डोळा भिडवता
येत नाही.
समग्र शरीर भीतीने थरारून येते;
थक्क शिशिरांत, त्याच्या शेवटच्या
पानगळपर्वात, हलकासा आवर्तपाऊस
आला तर शुष्क पाचोळा भिजतो हेही ऋतुनियंत्याच्या
सहिष्णुतेला सहनच
होत नाही. पानेच पुन्हा हिरवी झालीत
असे वाटून त्याना स्पर्श
करावासा वाटला तर? असे म्हणतात की,
कित्येक वर्षानंतर, एकाच विशिष्ट दिवशी,
हे आवर्तथेंब हळूच पाचोळ्याची पालवी
करून टाकतात ...
आवर्तथेंबाचा तो रहस्यमय दिवस
काही केल्या आठवत नाही मला.
मी हा असा अस्वस्थ चंद्रबंदी, अशक्तपुरावा,
कसे सांगू तुला?
आदल्या रात्री फाशीच्या हुतात्म्याने आपल्या
गळाकापणीचे, रेशमाचे दोर उसकटून
पाहावेत; तशी काहीशी, श्रीज्ञानेश्वरांच्या
प्रतिमांची पाहणी करीत होतो मी ...
हिमवंतीची आंदोलनआभा, तत्त्वार्थीचा पायाळू,
आणि सर्वाची; भूलीची भारणी ...

मी स्वतःचीच आतबाहेर धरपकड
करतोय, उदात्त, सार्वभौम / जसे वेळूंच्या
फुलांचे हसू, पाऱ्याच्या / देहावरून घसरून
जाणारे जरतारी नेसू? मुक्ताईच्या
परकर ओच्यातून सांडणारे अभंगताटीचे आसू ...
त्याच, त्याच भयाने बेन किंग्जले, ग्रीक चर्चमधील
संध्याकाळच्या प्रार्थनांमधून सुसाट पळत
निघाला, पासकिलीज आयलंड, सतत तरंगता
दैवी आविष्कार... शेवटी बेटच. त्याची
सरहद्द संपल्यावर तो काय समुद्रात उडी घेणार
होता? ठेंगण्या, ठुसक्या देहाचे नवे बेट उभारणार
होता? हे सोपे नसतेच.

हेही सोपे नसतेच मुळी : आपली आलिंगनक्षमता,
आत्म्यासारखी दयाळू असूनही, आपल्या
प्रेमस्त्रीला, बेटाच्या वाळूवर, एका भूगर्भीच्या,
आर्ष उत्खननी पुरुषाच्या आलिंगनी
पाहणे, आपल्याच घराच्या बंद दाराशी एकटेच
रडणे. बेन किंग्जलेचे हे रडणे मी पाहिलेय;
गांधी अस्सा बेभान, बेधडक रडताना पाहून
फार दिलासा वाटला, रात्री स्वप्नात पहाडी
शेतकरी, पायथ्याच्या मेंढ्यांना शीळ घालून
हाकारतांना दिसला...
रघुवीर यादवही, रुदालीच्या मांडीवर
माईऽऽ माईऽऽ, पण आता
नकोच, वरचाच परिच्छेद सहन
होत नाही मला.

औदुंबरी पाचोळ्याची स्मरणे....

Socalled tragedies are always movable
because I understand all those
designs of manners and cultural mannerism
but I fail to note the sharp agony of all
unfinished sentences......
They never come on the shameful surface

— **Virani Grace**

१.

आता कवटीत । माजलेले तण ।
त्याचा नारायण । होईचना ॥
मागधीच्या मागे । नर्मदेचे पाणी ।
त्याच्यापुढे कोणी । जाऊ नये ॥
निरोपाचा भार । मुळुमुळु रडे ।
पाणियाचे घडे । पाणियात ॥
मरीजे मोहब्बत उन्हीका फसाना
सुनाता रहा दम निकलते निकलते,
मगर ज़िक्र शामे अलम जब कि आया
चरागे सहर बुझ गया जलते जलते ...

१५४/सांध्यपर्वातील वैष्णवी

२.

औदुंबर – माझा, शिशिराच्या पहिल्या
पानगळीच्या ताब्यात
सापडलाय...
(माझ्या औदुंबराला शिशिराच्या
दोन पानगळी घेरून येतात)
आभाळभर मळभ आणि अंगणभर
पाचोळा;
कस्तुरीमृगाने, आतल्या आंधळ्या सत्त्वाने,
भांबावून, बावरून पळत सुटावे तसेच
काहीतरी जिवालाही होतेय –
तरी यावेळी हिवाळा काही पुरेसा उसळून
आलाच नाही, कुठल्या विनाशाचे हे अपुरे
संगनमत म्हणू याला? सांग माझ्या फुला?
कसे हाती धरू
तुला?

३.

प्रेयसीच्या भव्य प्रतिमेला
उन्हाचा साधा कवडसा (निसरडा म्हणून हो !!)
सांभाळता येऊ नये;
तशीच औदुंबरी पाचोळ्याची
गत होतेय–
शेळ्याही दचकून, बिचकून
दूर पळू पाहताहेत पाचोळ्याच्या
पायथ्यापासून....
कालची मळभ मात्र आकाशाने
झटकून टाकलीय गोंजारून.
म्हणून तर अडकलोय मी कवडशाच्या
प्रतिमालीन पेचात.

भणभणून वारा येऊन जातोय आणि अंगणभर
उडवून, पाचोळा वाजवून खाली ठेवतोय,
अंगणातच.
पुन्हा अंगणच शांत, पाचोळ्यासकट !
त्या स्वल्पविरामात परसातून कुणीतरी गुणगुणत,
घाईघाईने दक्षिणेकडे निघून गेल्याचा भास होतोय
मला. (आणि तुला?)
त्याच्या कानातले कुंडल की हातातले सैल कडे
त्याच्याच लगबगघाईत परसझाडीत पडले आहे
असेही वाटतेय– या औदुंबरी पाचोळ्याच्या
दिलाशाने, त्याचे अभिमानी अनुसंधान पकडता
येईल मला? तुला? आणि त्याला?

४.

पाचोळ्याच्याच गतिविधीची
ईश्वरी दया अकस्मात सामावून घ्यावी
हृदयाने; तसे उलू पाहताहेत मनाचे कोवळे स्तर;
तसेही काय काऽऽय जायबंदी करतो हिवाळा?
काऽऽय? रांगोळीवरून हलत जातो पाचोळा.
पण संथपणे, गर्भवती हरिणीने पैलपाण्यावर
एऽऽक रेघ ओढावी तसा …. (तस्सा?)
मग अचानक साम्य उसळून येते –जुन्या बासनातील
जरीच्या चिंध्यांप्रमाणे … वाटतेय, सर्पाच्या कातींच्या
लगडीच्या लगडीच पाचोळा, स्वतःसकट वाऱ्याच्या
पदरात घालतोय …
आपण कशासाठी हवालदिल व्हावे? हे औदुंबराचे
का पेच आहेत? पाचोळ्याने रचलेले बेत
आहेत हे; एरवीही आपण काय घेऊन येतो?
एका दुःखाच्या भारोभार एकच शहाणी शरम;
पुढे पाचोळ्याचे, औदुंबराचेही कोण किती
पहात जाणार?

५.

कवितेच्या चिमुकल्या प्रदेशात
संधिकालाचा एकच
बभा झाला, तेव्हा मी औदुंबराकरडे
धाव घेतली; कळवळलो.
तो पाचोळ्याच्या गुहेतून सूफी
प्रार्थना म्हणत होता–

मरीजे मोहब्बत उन्हीका फसाना
सुनाता रहा दम निकलते निकलते,
मगर जिक्र शामे अलम जब कि आया
चरागे सहर बुझ गया जलते जलते....

६.

पाचोळा मला नाहीच वश होत,
विनाशाचे शुभ्र विलाप
नेताही येत नाहीत त्याच्या तरल
विवाद्य तळाशी.
आणि मग अनाथ बालपणाने
अंगणच दुमडून घ्यावे, रामरक्षेच्या सायंवेळी,
त्याप्रमाणे मीच मोहवश होत जातो
पाचोळ्याच्या देशी, परदेशी नादाशी...
तू येऊन पहा, माझा संपूर्ण चेहराच
अनोळखी झालाय, ललाटावरची काही अक्षरेही
निखळून पडलीयत–
फक्त दिसतात आणि आठवतही राहतात,
खूप वेळपर्यंत, आजारी वासराच्या खुरातील
काटा काढणारी, पाचोळ्याच्या धर्तीवरची
क्षमाशील बोटे.
पण त्याचे औदुंबराला ते काय?

सांध्यपर्वातील वैष्णवी/१५७

७.

हिवाळी मोसमी वाऱ्यांनी
औदुंबरावरचे आकाश
मळवून टाकलेय;
माझेही रक्त पुरत नाही अशावेळी;
(तू मिसळतेस आपले रक्त माझ्यात?)
अशाचवेळी मला, एक विश्रब्ध, कराल
भय दूर दिसू लागतेय–
इथले म्हणशील तर, अंगणभर पाचोळा!
विखरून घेतला तर त्याचा आधारच
वाटतो; पण अंगणाच्या कोपऱ्यात त्याचा ढीग
साचला तर भीती वाटते – वाटते, त्याच्याखाली
औदुंबराच्या हिरव्याकंच पानांचे सळसळते
सर्प असतील....

१५८/सांध्यपर्वातील वैष्णवी

रॉबिन्सन जेफर्सचे घर

समुद्रापुढे बांधलेल्या घराचे
मला आज आले पुन्हा आठव
पियानोतल्या प्रार्थनांच्या स्वरांचे
शिरे काळजाच्या तळी वैभव.

हाकेवरी दूर ठेवून माती
पहाडात खडकात हा धावला
तशी तावदानांवरी चोच ठेवून
येथे बघा पक्षी हा झोपला.

भिंती अशा मांडल्या या कवीने
उजेडातही सावलीची फुले
पडवीतल्या पावलांच्या कलाने
हळू चालती पारव्यांची पिले...

सांध्यपर्वातील वैष्णवी/१५९

कधी बर्फकालीन मासे किनाऱ्यात
येती मुलांच्या गळाच्या पुढे
तसे वाकते सत्य संताप्रमाणे
शहाणे पुन्हा सांधते की तडे......

आत्म्यातला गुप्त काळोखही
स्पष्ट स्फटिकाप्रमाणे इथे वावरे
काव्यास त्याच्या पडे प्रश्न व्याकुळ
बहराविना जीव कां पाझरे?
धुके वाढताना असे वाढले की
निखाऱ्यातला शब्द भांबावला
तसा स्वर्ग ठेवून खाली सखीने
उभा देह त्याचा घरी चुंबिला

हले काचपात्रातली वेल साधी
निनादून घंटा जरा वाकल्या
खिळ्यांना कळे ना कुठे क्रूस न्यावा
प्रभूने अशा पापण्या झाकल्या ...

हातातले हात हातात घेऊन
वाळूत हा एकदा थांबला
मला वाटते निर्मितीच्या तळाशी
पुन्हा तोडतो हा घराचा लळा.

१६०/सांध्यपर्वातील वैष्णवी

निग्रेस, रिबेका

अत्यंत साधे, सोपे, संदिग्धतेचा मागमूस
नसलेले आयुष्य; लौकिकाला सुतराम
अलौकिकाचे आवार नाही, आवारापलिकडचे
दिशांना धूसर करणारे, अव्यक्त क्षितिजांचे
पार नाहीत.

रिबेका, निग्रेस उठते, पिळासारखीच संपात
काळ्याशार देहाची. शुभ्र पांढऱ्या बुबुळांची.
ब्रेड आणि शिळ्या तुरट फळांचे सँडविच
तयार करते न्याहारीसाठी, नव्या उत्साहाने,
गाईच्या पोटातून बाहेर येताच बागडणाऱ्या
वासराप्रमाणे.

दोन मुले निग्रेसला. एक मुलगी एंजेला.
देवदूतांच्या वसाहतीमधली नव्हे, नावानेच
म्हटले तर डोंगरदरीच्या, पुढच्या विस्कळित
खेड्यात तिचे आजोबा कॉफिन तयार
करतात, वंशपरंपरेने. रिबेकाची कुळकथा.

मुलगा पांगळा, दयाभावाच्या पलिकडच्या
घराच्या एकुलत्या खिडकीतून येणाऱ्या
डोंगरदरीच्या, वाऱ्याच्या झुळका झुलवित
हसणारा. शीळ घसरते म्हणून वाराच
घट्ट धरणारा, रिबेकाचा पुढचा, पुढचा
वंशपुरुष.

रिबेका निग्रेस, काळा, तासलेला अंगकाठीचा
दगड. संभोगकुशलतेमुळे देहस्वी चकाकणारा...
नवरा किरकोळ. नगण्य नाही. अग्रगण्य
त्याचे तिच्यावरचे प्रेम. लोखंडाच्या
ठिणग्यांमध्ये त्याचे दिवसरात्रीचे आयाम.

मावळतीला, घरी परतताना मद्यभोर.
सर्वत्र भोवती काळा, कनवाळू, तरंगता रंग.
रिबेकाचा नाताळातील पिंगट, शेंदरी झगा
भोगणारा. तिच्या दरवळाच्या जागी, संभोगग्लानीत
निवांत निजून जाणारा...

रिबेका! वणव्यात आतून उमलत जाणारे
एकाकी रन, गळ्याखालून उतरून
हृदयातच चिंब होऊन रुसलेले भान;
क्वचित तिलाही दिसू लागायची, ठिणग्यांच्या
धूसर चांदण्यात एक, एकच आकृती...
माया नाही. भय नाही. मागेपुढे सय नाही.
ढगाकडे पाहून पहाटेच उठली रिबेका.
क्रूसामागच्या मजबूत फळीतून काढता?
काढता फरशीवर पडलेला मोठ्ठा कप.
तेवढाच नाद. त्याचा अजिबात निनाद नाही.

छतावरच तुटलेल्या एरियलची गुंडाळी
तिने पायातून सोडविली. वाटेवरून,
अगदी वाटेसारखीच सरळ चालत
गेली. वाट संपली म्हणून थांबली. समोर
पहाट असल्यामुळे निळी भासणारी दरी,
दरीतून चालता येत नाही म्हणून तिने दरीत उडी घेतली.

अपरात्रीचे घोडेस्वार

आत्ताशा रात्रीअपरात्री काही घोडेस्वार येतात;
गवताचे छप्पर, बांबूच्या भिंती
इतके स्पष्ट आहे माझे घर.
हां, पाठीमागे टेकडी आहे हे खरेच
पण ती किती लहान आहे –
एखाद्या वेळी तळहातावरचा हा इवलासा
इमला उन्मळून पडलाच तर
हवा ना आधार?
रात्री-बेरात्री ते येतात तेव्हा पडवीतील –
माझे मांजर आणि माझे कुत्रे
निवांतपणे रडते –
त्यामागे नसतात शोकाची आर्जवे,
स्वतःला सावरून धरण्याची एक
मवाळ प्रेरणा, इतकेच.

आता ते थेट कुत्र्यामांजराच्या मस्तकावर
बंदूक रोखून त्यांना विचारतात –
इथे गोड पाण्याचा स्वच्छ झरा
कोणी आणून ठेवला?
आम्ही बाँब टाकून विषारी करून टाकू!''

सांध्यपर्वातील वैष्णवी/१६३

कित्ती कित्ती हळवे आहेत हे घोडेस्वार!
उमलणाऱ्या फुलांत ठणकणाऱ्या
सत्याची अशी का संभावना
करतात?
आणि हे तरी कसे?
एखाद्या नगण्य खेड्यातील पहाटेने
पाठलाग करावा त्याप्रमाणे
बेछूट पळून जातात हे.

आता या घरात उरले तरी काय?
प्रयत्न करूनही शेवटपर्यंत
पाण्यात न विरघळलेल्या अस्थी;
आणि खिडकीतून दृष्टीला पडणारी, टेकडीच्या
उतरणीवरील चार घरांची वस्ती.
जुना जिव्हाळा राखून थोडे ऋतुबदलते पक्षीही

इथे येतात, पण ते या परिसरात विखुरलेल्या
गाण्याच्या सावल्या गोळा करण्यासाठी
हे धोक्याचे नाहीच –
संकेतचिन्हांच्या या आवरणातूनही
मी सहज निघून जाईन.
मी माझ्या मुलाला अंधारयुगाचा
गिरिधर केले हे खरे आहे.
पण त्यामुळे कालिंदीचे पाणी
गढूळ झाले काय?
मुलींच्या हातात जरीचे पारवें दिलेत
म्हणून श्रावणात ही टेकडी
मेघांच्या रंगवेली माळणारच नाही?

हे संध्याकाळी आले असते तर
या झऱ्याच्या अंतर्मनातील
उच्चार मी त्यांनाही ऐकविले असते.
पण ते येतातच अपरात्री
या मुक्या प्राण्यांना अधिकच
मुके करतात. यांच्या भीतीला
मग्नतेची सार्वभौम सत्ता मी कुठून आणून देऊ?
आत्ताच कुठे इथे घर केले,
इतक्यातच ते सोडून जाऊ?

गडद होण्याच्या एकाकी प्रयत्नात
रात्र सरत नव्हती म्हणून कपाटातले
आजारी उंदीर काढून त्यांच्यावर
मी उपचार करायला बसलो –
तेवढ्यात ते आले घोडे दारासमोर उभे.
रात्र तशीच, पण माउलीच्या प्राणासारखी
खोलच खोल.

नायक माझ्या दिशेने ओरडला,
बालपणी झ्वाइगने व्हिएन्नाच्या चौकात
पाहिलेल्या ऑपेराची टेप तू आपल्या मेंदूत
दडवून ठेवली आहेस. नाताळ येण्यापूर्वी
तुझी कवटी फोडून आम्ही ती हस्तगत करणार;
आणि युद्धात उपयोगी पडतील म्हणून या परिसरात
काही कविताही छुप्या जागी पुरून ठेवल्यास; त्या
आम्ही शोधू. शोधूच शोधू!!”

का कुणास ठाऊक, पण मला वाटले माझे कुत्रे, माझे
मांजर फार दु:खी आहे आज
मी त्यांना बिलगून बिलगून
रडण्याचा प्रयत्न करून पाहिला, पण एखादा
सूर्यास्त पुन्हा होईल की काय या
भीतीने आजारी उंदीर पुन्हा
कपाटात जाऊन बसले....

आजची संध्याकाळ फार सुरेख आहे
कित्येक दिवसांनंतर झऱ्याच्या
कांठी बसून आपण फिडल् वाजवावे
असे मला वाटते;
तर त्यांच्यापैकी एक अंगणात उभा
घोड्यावरून तो खाली उतरला;
पडवीतले मांजर त्याने हातात घेतले.
त्याला कुरवाळीत म्हणाला,
"मला ती टेप ऐकव आणि या परिसरात
पुरलेली एखादी कविता दे. मी टोळी
सोडून माझ्या जन्मग्रामी जात आहे आज.
आईचे बोलावणे आले आहे!"

१६६/सांध्यपर्वातील वैष्णवी

पुन्हा एकदा १० नोव्हेंबर;
सरत्या हिवाळ्यासाठी शोक.

*10th November. The day is marked
with lyrical perfumes
from desert to dust.*

*To accept the forgiveness of sins, not as an
abstract assertion but as the fundamental
experience in the encounter with God; is love.*

सांध्यपर्वातील वैष्णवी/१६७

१.

स्वामींनी जातांना इच्छा
प्रगट केली,
सरत्या हिवाळ्याच्या शेवटच्या चरणात;
म्हणाले : या वर्षी भातशेतांची पिके
आली नाहीत तर हिरमुसू नका, बीजपेरणीचा
मूठभर ऐवज तेवढ्यासाठी अटीतटीने
भुईवर ठेवू नका; आकाश निरभ्र असतो
की अभ्रसंपन्न, ते तसेही, भूमिकन्यांचे
पैंजणपीळ निनादतच नेते...
उठा! याच क्षणी, याच प्रदेशात, सर्वदूर
गुलाबांच्या अरण्यांनी लागवड करा...
सुनसान, प्रदीर्घ अंतर्यामातून, थकून आलेल्या
वाऱ्याने शेवटी स्वामींच्या पापण्या अलगद
झाकून ठेवल्या...

२.

प्रत्येक पानागणिक
फुले येतील?
प्रत्येक दिवसागणिक
सूर्य उगवतील,
उन्हाचे, ढगांशी जमलेले
सर्व पिंजणपार आतून सजतील,
सजताना थोडेसे मळतील...
मातीची दुसरी
अनन्यताच नाही.

१६८/सांध्यपर्वातील वैष्णवी

मला कित्येक वर्षे तू बोलू (च.)
दिले नाहीस.
आलिंगनात नक्कीच, अगदी आईच्या
शपथेवर, फुलते रक्तमासाची
अनवट प्रतिमा, आणि इथे तर थेट
सावलीचाही संग अस्थींना
स्पर्शू पाहत होता...
तू, तुझे चंद्रच स्वीकारसाधनेच्या
पारदर्शनातून पाहत होतीस.
पानागणिक प्रत्येक
फुले येतील? येतीलही...
नंतरच्या निरभ्र काळात, मयूरमत्त
पिसाऱ्यांच्या हुंदक्यातही, मला इथून
उठून तिथली डहाळी उचलता आली नाही,
मधल्या फुलांना दिलासा
देणार तरी कसा? पुन्हा सरत्या हिवाळ्यात?

३.

हळदी बोटात गुंतलेली साऊलसंध्या,
धूळीतूनही स्पष्ट
दिसणारी; मावळतीवर किंचितसा
भार, उत्कट, दुखऱ्या ढगाचा, तुझ्या
डोळ्यातील बाहुल्यात, ढळतांना
गरगरणारा असह्य सूर्य...
तुझ्या सहनसिद्धीने मी (ही) भारावून
गेलो; तुझ्या या दैवी निमित्तानेही!

हृदयाच्या एका झडपेत समग्र सृजन
रोखून धरणे, बांधावर आडवा पडलेल्या
प्राचीन शिष्यासारखे; माझे अर्धांग
सोन्याचे होत गेले झरझर; सर्पझळाळीतील
रत्नमण्याप्रमाणे, अर्धांगावर गोठून बसली
माझ्या प्राचीन प्रेयसीची
उद्धार शिळा...
या कालखंडात, मी माझ्याच तळहातांची
जातीने निगा राखत गेलो, नव्या शब्दांवर
रेषा ओढण्यासाठी, डोळ्यांनाही
नक्षत्रमोजणीची सवय जडवून
घेतली विराम चिन्हांसाठी, तळ्यातील
कमळांना प्राचारण केले, चिखलातील
मातीचे गर आणि त्यांच्या दशा उसवतांना
फार क्वचित, डोळे भरून आल्याचा
भास होत होता, सरत्या हिवाळ्यात...

४.

चार ऑक्टोबरचा
हिवाळा मी
तळापासून उचलला.
गळ टाकून तळ उचलता
का येतो?
नाही ना?
मग हिवाळा, त्यातील संदिग्ध
झाडांचे जटिल धुके
दूरवर पाहत हिंडलो, स्वतःच
एक झाड झालो आणि पाहिले.
पण नाहीच जमले तुझ्या साध्या, सरळ
कैफियतीचा अदमास
घेणे.

१७०/सांध्यपर्वातील वैष्णवी

५.

असे तत्त्वार्थी पायाळूप्रमाणे,
सखोल पाहण्याने, दृष्टी लांबत
जाते. हिवाळ्यात कधी कधी
ती अधूही होते...
क्षमेचा अंतिम अर्थ मला, जुन्या
हिवाळी छंदांमुळे, त्यांच्या सरावामुळे
ठाऊक झाला होता; पण ख्रिस्तखिळ्यातून
ठिबकणाऱ्या क्षमेचा संबोध, पहाडउतरणीच्या
या संध्याकाळी, सरत्या हिवाळ्यात मला
बिलगू पाहतोय, कसा आश्रय देणार त्याला?

६.

तुला माझे घर तुझे वाटले;
माझ्या वस्तूही,
असेही वाटले तुला की तू या
औदुंबरी वास्तूत
राहून गेली आहेस...
शरीराशी शरीर घासूनही; वासनेशी
वासना तासूनही अशी
प्रतीती येत नाही, मग तू इतके
साधे कसे सांगतेस?
मला उलगडत नाही.
मला अजूनही बापुडे वाटते –
पायावरची मेंदी, दारावर काढायला हवी
होतीस, कडकडून मिठी, तीही द्यायला
हवी होतीस / कदाचित मला सर्वत्र संध्याकाळी,
बिलगणाऱ्या स्तोत्रांची गीते गाता
आली असती –
हे सोपे शरीर, हा निर्व्याज आत्मा
जस्साच्या तस्सा, डोलकाठीवरच्या झुलत्या
पक्ष्यासारखा गोंजारता आला असता...

७.

महाकवीच्या बरगड्यांखालून एक नदी
वाहत असते. त्या नदीच्या तीरावर
सर्वच्या सर्वच सूर्यास्त ओळीओळीने सजत
असतात. वार्तांचे संचित न तपासताच;
त्यांना दूर दूरच्या देशी देवदूतही
वाहून नेत असतात.
महाकवीच्या मिठीत चिमुटभर शुभ्र
रक्षा आणि फक्त
ओंजळभर अंधार असतो.
महाकवीच्या कवितेत, महामायेच्या
स्तनांखाली, अर्भकाच्या
रडण्याचे सूर रेंगाळत
असतात;
अर्थांचे परमार्थ निश्चित करतांना,
तोही शेवटपर्यंत शब्दांचा आधार
सोडत नाही;
जुनाट, जीर्ण पत्रांच्या ढिगाऱ्यातून
एखादी स्त्री सुनसान भयाने चालत
राहावी तशी त्याची प्रतीके, प्रतिमांची
गर्भसावली जोपासत असतात...

८.

मी तुला पाहिले; तुझा झालो.
या सत्वाला संदर्भ
नको; त्याच्या कोसळण्याची
इयत्ता मोजतांना त्याला
अपवादही नको. या झऱ्यातून समुद्री
जाण्यासाठी निग्रहाने गृहितकही नको.
आपल्या ललाटी जशी निळी छाया फिरवता येते.
तसे सरत्या हिवाळ्यात, सरता सरता...

९.

स्वीकार आणि क्षमा, या
जुळ्या बहिणी,
हिवाळ्याच्या मध्यरात्री दारावर
याव्यात, हृदयाचा हिय्या
करून; ही तर
ईश्वराची कृपा.
माझा बिगूल, क्लॅरिअनेट माझे, माझे फिड्ल
आणि माझा ओव्हरकोट मी आत्तापर्यंत
सांभाळून आहे ना, अगदी या सरत्या
हिवाळ्यातही?

१०.

मी झऱ्यावर कविता लिहिली
पण तू मला
झुळुझुळु का दिले नाहीस?
करुणेवर माझे शब्द तरले
पण तू मला
पाझरू दिले नाहीस.
माझ्या युद्धभूमीची आस्थेने चौकशी केलीस,
घोड्याकडे पाहिलेस त्याची
आयाळ होऊन;
मग मीच घोड्यांच्या टापा दुमडून
स्वतःच धावत सुटलो बेफाम, निर्घृणपणाच्या
कत्तली सांगत गेलो, एकाच दमात...
माझ्या पावलांचे पाप तुडवीत, तू तुझी जोडवी
जुळवीत मला दयेची नवी
व्याख्या जुळवायला
सांगतेस;
या सरत्या हिवाळ्याशी?

सांध्यपर्वातील वैष्णवी/१७३

११.

आपल्या कवितांचा प्रदेश न्याहाळित
जाणे यासारखी
क्रूर कर्मशैली
नाही. मी हादरलो. आणि
सरत्या हिवाळ्यात स्वामींची
आठवण झाली.
त्यांच्या खडावा, त्यांचा कमंडलू
आईने परसदारी गाडून ठेवल्याची
कहाणी कित्येक वर्षे तिच्या माहेरी
प्रचलित होती, म्हणूनही स्वामींचे
स्मरण या हिवाळ्यात...

१२.

हे निवेदन नाहीये.
तक्रारही नाही ही.
सरत्या हिवाळ्याच्या शोकातून, वैभवी पाचोळ्याच्या
प्राणकंपातून, हिमार्त मोकळ्या आकाशाच्या
कमानीखालून जातांना वाटत्येय, पाठीच्या कण्यात
कुणीतरी पणती ठेवलीय लावून, स्निग्ध स्नेहाने
मंद तेवणारी...
माझ्या पाठीत ती आणि माझ्या हृदयापुढे, समोर तिचा
पिंगट उजेड, थेट, संधिप्रकाशात,
जान्हवी जलासारखा
संथपणे मिसळतोय,
संधिप्रकाशात, सरत्या
हिवाळ्याच्या
शोकासाठी...

१७४/सांध्यपर्वातील वैष्णवी

पाऊसकाळातील पत्रे

१.

माझ्या गीतांतून पाझरणाऱ्या साध्या
अनुनयानेही हा पूर्वी थांबायचा आणि
थोडा उसळलाच तर एखाद्या लवचिक
वृत्ताचे शितळते टोक वाकवून मी हृदयाच्या
दिशेने डोळे मिटत असे तेव्हा ठेवणीतल्या
थेंबांचे चाळ माझ्या गीताच्या पायात
बांधून अपरंपार खंडांतराच्या यात्रेला
निघून जायचा; आता आवरत नाही,
झाडांचा तोल सावरत नाही. आईने
झिडकारून दिलेल्या मुलासारखा अनावर
कोसळतोय... पाऊस, अनावर कोसळतोय.

२.

देवा! तुझ्या नावाची प्रार्थना मांडली
म्हणजे कसे होते रे? संपूर्ण निकामी
झालेल्या शहरातून वादळ हिंडत
असले म्हणजे कसे वाटते रे? तसेच
करतोय हा साजण. संज्ञेच्या इवल्याशा
काठावर मेघांचे पालाण पडले आहे.
या शरीराची अंतर्साल सोलून उरलेल्या
जागेत काही मांत्रिक सूर्योदयाची
खलबते करीत आहेत...

३.

माहेरवाशिणीच्या पाताळघरातून
कित्येक बहर धडका देत आहेत;
माझ्या बरगड्याच निसरड्या
झाल्या...
पुरातन भीतीच्या आश्रयाने ही वधू
अक्षरगोंदणीचा बैराग लपेटून
वाळवंटी आश्चर्यात निर्भरतेने
हसते आहे...
माझ्या संदिग्ध भाषेवर अर्थकल्लोळाच्या
रानसावल्या उतरल्या.

४.

पांढरा स्वच्छ रुमाल हवेच्या बारिकशा
लहरीवर खेळवावा तशी कफल्लक
वास्तवाला बोटाच्या चिमटीत खेळवीत
जिवाची वैष्णवी यायची आहे, म्हणून
तरी तू थोडासा विश्रांत हो रे साजणा.
अरे, माझ्या मातेने शकुननिमित्तांची
हट्टी ललाटे फोडून कधीतरी घेतल्या
होत्या का रे शपथाआणा?

५.

विखुरलेल्या हत्यांना डावलून,
अध्याहृत वधांना पचवून
तिला फुटले आहेत आता मदिरेचे पान्हे.
हेच पान्हे तृष्णेच्या आदिम पीडेला
कोणत्याही समंजस कावळ्याकरवी
शोषून घेता येतात. तो (ही) एकाक्ष
असल्याने हे निमूट करतो.
संध्येचे सगळे वैभव मृत्युघाटातल्या
अरण्यातील भगव्या झऱ्याप्रमाणे
देहाच्या वेशीवर उभे आहे!

६.

पाऊसकाळात जिवाच्या जिवलगांची पत्रे
यायचीच; (उत्तरे कशी धाडणार? या विशाळ
पृथ्वीनेही जगाचे ऋतुसंबद्ध तुकडे करावेत?)
एक छोटी, फार छोटी म्हणा ना, मेघांची कहाणी
माझ्या मिथिलेल्या श्वासाएवढी किंवा
राघवाच्या छंदबद्ध प्रश्नासारखी –
ते असू दे विराट, असू दे त्याचे कल्प, संकल्प
अफाट; रचनेच्या दुःखासाठी आम्हाला
चिमुकले झालेच पाहिजे...

७.

ईश्वरा! वैष्णवी आलीय. त्याला थोडे शहाणे
हो म्हण. म्हण ना! थांब, थांब रे. एक गोष्ट
सांगतो तुला. त्याच मांत्रिकाने लिलीवर
उपचार केला. माणसाएवढे धीरोदात्त माकड
रोज नेमाने तिच्या पायथ्याशी येऊन बसायचे.
एक हात त्याचा फुटलेल्या डाव्या डोळ्यावर,

दुसरा लिलीच्या कपाळावर... याला काय
म्हणतात? वासना की करुणा? मग
पाण्याला प्रश्न पडायचा वाऱ्याचा, वाऱ्याला
वेळूचा, वेळूला वेणूचा, वेणूला – विनाशाचा.
तशी, तशीच सांध्यबेला घेऊन एक भुताची
सावली कट्यारनखाच्या दीप्तीने लिलीच्या
पाठीवर एका महान पक्ष्याचे लहान चित्र
कोरून गेली... पाय दिसत नव्हते त्याचे
म्हणून प्रश्न केला. उत्तर आले : उडणाऱ्याने
चालायचे नसते...

८.

आता भूमीचा स्पर्श नाहीच. तू तर थेट
आमच्या आत्म्यावर कोसळत आहेस
फुलांना गजऱ्यांची भुलावण देणारी एक
डॅनिश मुलगी – नटाली – म्हणायची,
तुम्ही वेळीअवेळी असे पाण्यावर निनादता;
माझ्या नदीवर एक पूल बांधून द्या ना..."
रांडेला कान कापून देणाऱ्या त्या पेंटरच्या
जुनाट पत्राला मी नटालीकरवी उत्तर
धाडले :

Well! vinsent,
I stopped at the door of an
Angel's house. He was gathering a few
pieces of clouds to protect the shade of his tiny
lamp.
My mother suddenly come over there
with boy cotted flowers in her hands.
And atonce the shade of the lamp
torned in to a huge shadow.
Since them this simple poem
is being attacked at every obscure
corner of Life.

१७८/सांध्यपर्वातील वैष्णवी

९.

बेभान मुलीच्या हातातून चांदीच्या परडीतील
फुले रस्ताभर व्हावीत तसा तू कळवल्यागत
धारांना पिंजून काढतोस. वैष्णवी दाराशी –
माझ्यासाठी तिने आणली आहेत रॉबिन्सन
जेफर्सची पत्रे. (अर्थांतरन्यासाच्या चिवट
भिंगातून मी पाहतो आहे एका कोवळ्या
जगाचे सर्वोत्तम विनाश...) छंदबिंदीचा
काळाशार मोर तिच्या मागे, खांद्यावर
बहिरी ससाण्याची मादी... एका हिंस्त्र सत्याच्या
पाठलागाने हा कवी हैराण दुःखाच्या
सावलीत येऊन उभा राहिला. इथेही त्याला
आकाश अपूर्ण, समुद्र निःसंग निराश भासला.
मग तो शेकोटीच्या जवळ निजलेल्या आपल्या
मुलीच्या पाठीवर संपूर्ण रात्र हातांची
कमळे फुलवीत राहिला...

१०.

स्वप्नांना कुरवाळणारे काही पक्षी आपण
मुळातूनच ऐकावेत आणि वाटांच्या
दिव्यकाहूर वळणावर आपले डोळे अधू
होऊन जावेत;
पैलथडीच्या शोकासाठी चार गाणी
रचावीत, तर वाऱ्याने रक्तातील सगळा
ओलावा शोषून घ्यावा; मग आपण
खडकाळ प्रदेशात आपली चिरगुटे
वाळवीत हिंडावे...

११.

आणि तरीही या आरसेमहालांचे मी
जतन करीन आयुष्यभर, वैष्णवी नंतर
म्हणते, "कविराजा!, आता तू देवदूताला
मांडीवर घेऊन अंगाई म्हण ! तोपर्यंत
केवड्याच्या पारावर मी नागिणीची
वाट पाहत बसते. जेफर्सच्या एका पत्राला
उत्तर लिहून दे. उद्या पाऊस ओसरला
की मी धाडून देईन त्याला!"
"Dear Robinson,
Now I recite my Birthsong
one day the poet was surrounded
by pychothants. They were
about to touch him. He said,
'You can take off my clothes;
but you cannot make me naked!'
Amongst them was one wise
Joker. He asked, 'Why?'
The poet replied, 'My mother
was the last mad woman of this Divine
town...'"

१२.

आता तक्राररहित होऊन मला ताऱ्यांची
कुंडली मांडायची आहे. माझे सगळे
स्पर्श युद्धात निकामी झालेल्या
शस्त्रांवर पाजळून घ्यायचे आहेत;
समजा, संध्याकाळी कुणी मित्र भेटलाच
तर या महाकाव्याचा शेवटचा सर्ग
वाचून दाखवायचा आहे.
आणि शेवटी किती सोपे आहे हे सगळे!

वेरावळीय समुद्राचे दृष्टान्त

क्या वो नमरूद की खुदाई थी?
बंदगी मे मेरा भला न हुवा...

— *गालिब*

१.

धुळीने अदृश्य मंद लयीत फुलांचा पाठलाग करावा
आणि उरलीसुरली सर्वच फुले धुळीच्याच आश्रयाला
येऊन उभी राहावीत; आपसूक आमंत्रणाशिवाय,
तसा उतरलोय या शहरात संध्याकाळी. धुळीच्याच
पलीकडे असलेल्या रेस्टॉरण्टमध्ये पोहचायचे आहे
रात्र भरून येण्यापूर्वी गळ्यापासून सुरू झालेला
ठणका, फांदीवरील एकट सलत्या पक्ष्याप्रमाणे, हृदयापर्यंत
येतो ओशाळत आणि दिवा मालवण्यापूर्वी, देहवृत्ती
फुलून याव्यात तसा समुद्र दचकतो खंजिराप्रमाणे
अकस्मात संध्याकाळी...

२.

काही चंद्र उदास संथ ढळती आयुष्यपारापुढे
पारालाहि अपार शब्द मिळती संध्ये तुला का कडे?
झाला आज उशीर जीव मळला लागे पुन्हा हंबरू
काठाचे मंठ कातळात दडले पाणी कसे सावरू?

३.

वेरावळीय समुद्राचे दृष्टान्त जसे कथाभिमुख नाहीत
मागधी; तसेच ते अस्ताचलाच्या परंपरांचे गूढवादी
घाटही नाहीत. दृष्टान्त म्हणजे, मुळातच जीर्ण, शीर्ण
झालेल्या रूपकाची, अर्धभार उरलेली छोटीशी वेलांटी....
हुंदक्यात अडकलेल्या एखाद्याच कथेचा निनावी दिलासा;
युद्ध थोपवून संभारासहित परतलेला, अंबारीचा
भयाण हत्तीच जसा....

सांध्यपर्वातील वैष्णवी/१८१

४.

याच शहरात उतरलोय मागधी; अनोळखी अरण्यात
गुदमरलेल्या पशूसारखा; वेरावळीय समुद्राचे आवाज ऐकत,
काठावरच्या रेस्टॉरण्टला माझी कोरी करकरीत पाठ टेकून;
विधवा मायलेकींनी अफाट पडवी सोडून, खचलेल्या जोडखांबाच्या
मध्यस्थशेजारी निजावे तसा. समुद्रप्रकाशासंबंधी कधी (काही)
ऐकलेस तू मागधी? वेरावळीय समुद्राच्या दृष्टांतात जेवढे
म्हणून नाद सापडतात (शिंपल्यातील मोती सोडून....) ते याच
प्रकाशाचे पूर्वज आहेत. इथल्या सामुद्रिक प्रदेशाजवळ दुसरी
दंतकथाच
नाही जणू! सूर्याचे अस्त आणि उदय, चंद्रोदयांची वाळूशी
अनुसंधान
राखणारी प्रदीर्घ पालाणे; चंद्रास्तांची खडकावर उघडी पडलेली
दूरदूरची समजूतदार नक्षी; यांचा कुठलाही विभावानुभाव या
प्रकाशाच्या पाठीपोटीच नाही. समुद्रप्रकाश म्हणजे लाटांनी
फोडलेले पाण्याच्या मनीचे दर्पणी भाव.
जशी सत्याच्या अलीकडची,
जिवाची करुणार्त धडपड; सत्याच्या पलीकडची,
एकांतभोर, दुःखपूर्ण
झोप... आणि प्रार्थनावाद्याच्या हातून सरहद्दीशिवाय निसटलेली
झोळी... त्यानंतर आकांताने,
नियंत्याने सर्वत्र भिरकावून दिलेली भिक्षा...

५.

वेरावळीय समुद्र हलतो, नादांच्या पूर्वापार, प्राचीन स्मरणाने;
आणि दृष्टांतांच्या मोहात अडकलेला समुद्रप्रकाश, सावकाश
तपासू लागतो आपल्या लाटांचे सगळेच्या सगळेच मत्त, उन्मत्त

अभिसार; कुठले समुद्रपक्षी तारले आहेत समुद्राने!
असे किती किती कट रचून माशांची हत्या केली आहे;
वेरावळीय समुद्राच्या
दृष्टांताने मागधी? मी तर या रेस्टॉरण्टमध्ये रात्र शिरायची
वाटच पाहतोय; मग तुला नागवीच नागवी करीत जाणार मी,
पावलोगणिक, मैलोगणिक....
घोडदळ आले बाई,
घोडदळ आले.
मागधीच्या दारातुन,
राजाराणी गेले.
सुन्या घरामध्ये आता,
मागधीची आई;
मुद्दामच दडविते,
गर्भारशी बाई.
राजाराणी चांदण्यात,
वाहुनिया गेले.
मागधीला कासवीचे
बीज सापडले...

६.

फक्त माझ्या हाडीमांसी भिनलेला, माझ्या आत्म्यात शिणलेला
ईश्वरच अधोरेखित करीत नाही मी मागधी; जगन्मातेच्या
स्तनांवरून, खालील खाली ओघळणाऱ्या, लसलसत्या जिभेची
शपथ घेऊन सांगतो मी; मी चिरडत जातो शब्दाशब्दांवर,
वाक्यावाक्यांवर,
महावाक्यांच्या टोकांवर, माझ्या समग्र दुःखांचे अध्याहृत ताण;
वेरावळीय चिमुकल्या समुद्रदेशातील जागरणाच्या फुलांची
अंतिम सामग्री....
निजेला तुडवून जाणाऱ्या स्वप्नांचे महावास्तव,
कृष्णपूर्व द्रौपदीच्या एकट,
भयाण धीराप्रमाणे....

सांध्यपर्वातील वैष्णवी/१८३

काचेच्या निळ्या तावदानात निबंद्ध
असलेले रेस्टॉरण्ट,
सदाचेच शोकमग्न.
इथले टपाल मोकळे करायचे म्हणजे,
एकेका काचेच्या भिंतीचा चुराच करून
टाकायला पाहिजे; म्हणजे मरणानंतरची,
जीवनापूर्वीची पत्रे; वाळवीच्या भुकेवर
दिलदार होऊन बाहेर येतात. माझे हरवलेले
उत्तर किती वर्षांपासून शोधत होतो मी?
अडगळीच्या खोलीतील अंतापासून तर
परसातील एकांतापर्यंत...
रेस्टॉरण्टमधील काचेच्या एका निळ्या भिंतीचा
चुरा झाला तेव्हाच ते माझे वृद्ध उत्तर, हे पहा,
अस्से हाताशी आलेय –
हाउ कॅन आय डेझर्ट यू
मागधीऽऽऽ
व्हाइल आय ॲम मायसेल्फ अ डेझर्ट :
द फाउंडेशन ऑफ माय ओन मिराझ्...

७.

तांबड्या कातडीच्या, सोनेरी केसांच्या त्या पुरुषाने, वेरावळीय समुद्राच्या खाली भयाची नक्षीवंत दालने बांधून ठेवली आहेत; आणि लाटांना वरच्यावर तोलून, भुलवून तो आपल्या प्रत्येक इंद्रियाच्या दंशाने सोलून काढत असतो तुझी नग्नता आणि नग्नतेची वेरावळीय समुद्राच्या दृष्टांतात अडकलेली सावली... या दालनांमधून तो हिंडत असतो, माझ्या भयाचा अदमास घेत, एकाकीच; त्या वेळी समुद्रप्रकाश आणि लाटांचा संबंध, अभिचार मंत्राचा तडाखा बसावा त्याप्रमाणे तुटून जातो....

८.

मी इथे, या रात्रीच्या काळोखात, काळोखातच वेरावळीय
समुद्राच्या दृष्टांताच्या आधाराने, माझ्या मेंदूतील भयाची
उरलेली दालने तरी सुरक्षित आहेत की नाहीत, ते पुन:पुन्हा
पडताळून पाहतो. कौल लावून पाहतो आणखी, प्रतीक्षेत
तडकलेल्या शकुननिमित्तांच्या साहाय्याने; स्वत:चा प्रकाश
गिळून टाकणाऱ्या ज्योतीच्या धुरासारखा..... त्या पुरुषाने,
अतीव दयेनेच माझ्यासाठी सोडून दिलेली तुझी नग्नता, मी
सोलून सोलून उमलवू शकेन? करुणेचे अधांतर देऊन,
वरच्यावर, समुद्रप्रकाशही टाळून, देहाला पुन्हा जोडू शकेन;
मी तुझी वेरावळीय समुद्राच्या खाली गाडून ठेवलेली, तुझीच
तुझी संभोगहीन नग्नता?

९.

अवलियाच्या गूढ रक्ताचा टिळा लावलेल्या, फकिराला टाळून
आलेल्या, बालस्मशानभूमीत कुमारिकेला गाडून आलेल्या
कवितेचा समग्र अंधार; मी आपल्या खांद्यावर पांघरून,
या इथे तुटून पडलेल्या वाद्याशेजारी, फरशीवर सांडलेल्या
मदिरेच्या चिमूटभर, रत्नशूळ लकाकीत मी नागवी करतोय
तुला... तुझ्या स्तनांची दाटून, तटतटून आलेली माया मी
हाताने खुडत नाही, ओठाने ओढत नाही.... वीज चमकावी
अंधारात, तशीच स्तनांवरून खाली ओघळणारी जीभ
दिसते मला.... आणि मग मी, अतृप्त, आदिम, जखमी
श्वापदाप्रमाणे तुझे जननेंद्रिय, खूप खोलपर्यंत जिभेने
चाटून काढतो.... प्रेषिताच्या भ्रमाप्रमाणे वाटतेय; आता तरी
हादरतील का, वेरावळीय समुद्राच्या खाली त्याने बांधून
ठेवलेली, भयाची नक्षीवंत दालने? वेरावळीय समुद्राच्या
अनंत दृष्टांतांची होईल का, एक साधीच दृष्टांतरहित कथा?

सांध्यपर्वातील वैष्णवी/१८५

मरणोत्तर तीन समुद्र,
मागधी पुरातन बाई!
पण स्पर्श नवे पाजळता,
सावली तनूवर घेई...
मरणोत्तर दोन समुद्र,
मागधी समांतर जाई.
वाटेत उसळला डोह,
ओटीत आपुल्या घेई...
मरणोत्तर एक समुद्र,
मागधी तळ्याच्या काठी.
अवरूद्ध भ्रमाने घेई.
कमळांना अपुल्या पोटी...

१०.

मागधी! रात्रभर तुझे जननेंद्रिय चाटत राहिलो जिभेने, शोषत गेलो आतले रसद्रव्य.... आणि पाहता पाहता माझ्या सिद्धार्थ वाणीला गर्भाशयाचे काही गुणधर्म चिकटून आलेत... माझ्याच शक्तीच्या प्रचंड थकव्यात मीच पुनःपुन्हा मरून पडत राहिलो; कवितेतील दुःखवैभवी स्फोटासारखा, महापुरातील पावसाळी घाटासारखा, संभोगातून वगळलेल्या राणीच्या सवतीसारखा; पण मागधी, थकवा मला पुरताही येत नव्हता, बालस्मशानभूमीच्या कुठल्याही कोपऱ्यात.... आता हे बघ, रेस्टॉरण्टमध्ये ऑर्केस्ट्रा सुरू होताच आपण दचकून उठू एकदा तरी, आणि वेरावळीय समुद्राच्या दृष्टांतांची हकिकत सांगत राहू नेकीने; म्हणून कवितेच्या वधाचे हत्यार शोधायला गेलो; तेव्हा माझ्या मेंदूतील भयाची दालने, वेरावळीय समुद्राच्या खाली बांधून ठेवलेल्या, नक्षीवंत भयाच्या दालनांच्या रांगेत जाऊन उभी राहिलीत....

माझे युद्ध

कुणी अचानक पहार टाळुन
पहाड खोदत गेला;
हिमवर्षेच्या बर्फफुलांनी
एक पियानो सजला...
वृद्ध देखणा माझा चेहरा
बिगुल मुखातुन वाजे.
पराभवाच्या पर्वामध्ये
जसे उजळती राजे...
हिमगौरी वस्त्रांच्याखाली
लखलखणारे पाते;
मुठीत माझ्या तलवारिची
रक्तपालवी फुलते...
घोड्याच्या मानेतिल काटा
तोही नपुसकलिंगी;
तुला जिंकण्याआधिच शिरला
माझ्या जर्जर अंगी...
खिडकीच्या काचेवर छाया
तुझी, व्याकुळे! दिसली;
बिगुल पियानोमधून उठला
जशी कवीतुन शैली...
तसा उधळला माझा घोडा
मित्र उतरला दारी;
थांब सख्या तू घरी घडीभर
तुझा आणतो वैरी...

११ सप्टेंबर १९९४

दीक्षेच्या कविता
दीक्षित व धारक मीच

।। एकाच पोरीचा उखाणा ।।

ऋतू आला तेव्हा,
मांडी सरसरे.
ओलसर नागिणही
उभा भांग भरे...

।। एका साधूचा उखाणा ।।

दुर्वांकुरी नाभीसाठी,
साधु कान कापी
सुंदराच्या कायेपाशी,
जिवे जावे झोपी ...

।। उखाण्याची सांगता ।।

वाटेचीही अपंग दग्ध समिधा ती घे भरारी पुन्हा ।
बकुळेचा तिळ जीव जीव कणिका तो पाखरांचा गुन्हा?।।
कवितेला दुर, दूर दूर धरते चंद्रावती आंधळी...
कोणाच्या संगात ही निपजली स्वप्नांध दैवी कळी?

१८८/सांध्यपर्वातील वैष्णवी

कविता स्वतःच्या दिलाशाची

पाठशिवणिचा खेळ
पोटशिवणिच्यासाठी;
थोडे रडु येता येता
मृत्यू हसु लागे ओठी.

आता तक्रारच नाही
तुम्ही शांतपणे जगा;
पण देठ तोडतांना
ठेवा फुलासाठी जागा.

सांध्यपर्वातील वैष्णवी/१८९

जुळ्या कविता

१. झोपाळा

देऊळपार संध्येचा त्या तिथेच बसले कोणी
सूर्यास्त ललाटी घ्यावा गहिवरता दूर विराणी...
देठावर भार न देता पानातुन फिरतो वारा
अपुल्याचा फुलांना झाडे मग बघती समजुन तारा...

डोळ्यांची रीत भयाची डोंगरी पारधी बघतो
सनईच्या रेघेवरती संध्येचे प्रहर बदलतो...

तेवढ्या श्वासकंपाने वाटते कोसळे पूल
पण नदी तरंगावरती तोलते पुलाची धूळ...

घर शाबुत असुनी माझे मी बसतो पडवीखाली
समजाच सुपातिल दाणा आलाच टोपलीखाली?

मागचे दार परसातुन भासते कुणी उघडेल
नक्षत्रभेटिची घटिका पणतीसम तो उजळेल...

मी कौल कशाला घेऊ त्या झांजर शकुनासाठी?
पाठीवर निजलेलेही ये मूल आपुल्या पोटी.

तम भरता हृदयी संध्या झोकाच बने झोपाळा
भडकत्या चितेच्या वरुनी उडताच पांढरा बगळा...

१९०/सांध्यपर्वातील वैष्णवी

२. झोका

शब्दांनी अस्तर विणले वस्त्राचा पडला वेढा
ही स्पर्शप्रणाली बांधुन गावातुन फिरला घोडा...

रे! अनवट वार्तांनाही असतोच जिवाचा धोका
त्या अद्भुत मांडुन द्याव्या शत्रूच्या ऐकुन हाका...

साधेच सांगणे होते वेशीवर आले लोक
चिंध्यांच्या ठिगळांमध्ये शरिरांचे लवचिक वाक.

कोल्हाटिण वर्तेवरती वेळूचा झोका झुलवी
नवलाचे दृश्य निरखण्या नवलाइ उतरली गावी.

डोंबारिण छातीवरती दगडाला घट्ट पकडते
घन प्रहार झेलत झेलत स्तन शुभ्र दुधाने पिळते...

होऊन वडारिण देवी खुपसते शलाका गाली
गावाला चटकन दिसते रक्ताला भ्याली लाली...

तो तिचा पुरुष वेगाने आसूड फोडतो पाठी
कुंडलिनी सरसर चढते मणक्यातिल उसवित गाठी...

देखणा चक्रधर स्वामी वाऱ्याला देतो ठेका
झोपाळ्यावाचुन गाव स्वप्नांचा झुलतो झोका.

सांध्यपर्वातील वैष्णवी/१९१

अभिषेक पारंबी

If you do not look
at the hill
Don't mind,
An evening is spreading it's wings
to cover the unvisited, strange
tomb of my own mind...

चित्ताच्या उदासीतील समर्पणाचे
बकुळफूल तू वेणीत
अडकवून पाठमोरी
उभी आहेस;

तुझ्या डोळ्यातील इवल्याशा
बाहुल्यांचा जीव
हळदीच्या बोटांतील रंगाने,
जोडव्यांच्या चांदीत
हलतोय; मंदपणे खचणाऱ्या
धीरासारखा.

बेचैनीचे सर्वच बहर सहज
ओंजळीत गोळा करून,
या ढगातून त्या ढगांकडे
उजळून पाहता येते;
उसळून आलेले पाठीमागचे
रक्ताखालून निमूट
वाहून जाते.

बातमी, वर्दी, निरोप, सांगावा,
येण्याजाण्याच्या वाटांवरचा भ्रम
रंगीत माशाच्या शैलीसारखा
आत्म्यात उतरला की मग
जीवच हमखास घाबरतो,
स्वयंप्रेरणेने...

आपसूक पडद्यामागे जाऊन
मनसोक्त लाजता येते
स्वतःच्याच सूक्ष्म
अभिसाराने...
संध्याकाळच्या शालीन मुहूर्तातील
राऊळघंटेप्रमाणे...
अशी लाज, देहाच्या काजळगुंफातून
सरकविलेला अपूर्ण चांदीचा तुकडा,
चमकवीत जाते त्याचे चुकलेले
अव्यक्त चंद्र.

गोंदणाचे टिंब एकच असले तरी,
शरीर त्या इवल्या टिंबावरही,
तरलतेच्या दुःखाने व्याकुळ,
तोलून धरते पुन्हा
समग्र, शरीर, करंगुळीवरील
गोवर्धनाप्रमाणे
श्वासच उखडल्याचा भास होतो
क्षणभर, पणतीवर तुळशीच्या पानातून
एक अद्भुत किडा सरकत येतो, ज्योतीच्या
सख्यसारणीसाठी.
दूरच्या माळावर.
इथे नाही.
अजिबात नाही इथे,
त्याचा अतिमंद नाद, संगनमत केल्याप्रमाणे
फिरत राहतो,
तेव्हाही संध्येच्या अभिषेकातील
पारंबीवर एकाकीपणे
हिंदकळत असते; निळीगर्द
वनवासी खार...

सांध्यपर्वातील वैष्णवी/१९३

बाई

एक बस तूही नही मुझसे खफा हो बैठा ।
जो संग मैने तराशा था वह खुदा हो बैठा ।।

❖

पृथ्वीला कळ एक कांचनकथा बीजातले चांदणे ।
ज्यांचा गर्भ फुलात गंध भरतो ती कूस छंदावणे ।।
येतांना जर चंद्रभूल पडली तू फेक सारी पिसे ।
अंगांगावर मंद मंद झरती जैसे निळे आरसे...।।

❖

जुन्या तळ्याच्या काठाला झाडढोलीची खोबण
एक आंधळा पोपट तिथे राहतो भयाण.
सांजसकाळचा थवा आणि कळपाच्या धावा
लाल चोचीतला शब्द तरी उचलतो रावा.
तशी तश्शीच लहर तसे तस्सेच झरणे
बाई गोंजारते स्तन ओठी तुळशीचे गाणे...
तिच्या गाईवासरांना दिसे दिगंतरी झळ
सांजधुळितुन जेव्हा येते गांधारीची कळ...
भय भारावुन चाले घाई पदरात सले
सांजवातीचा शकुन नदीपारावर डोले...
एक मोगरीची कळी एक केवड्याचे पाते
चाफा दर्वळे केसात सुन्न नागिणिशी नाते...
मांडीवरच्या बाळाला लागे मांडीतुन डंख
बाई फुंकिते प्राणाने खिन्न आत्म्यातला शंख...
एका हाताने दिराला दारामध्येच चिणते
दुज्या हाताने धन्याची राखरांगोळी झेलते...
घेते याराला मिठीत जसे काजळ दिठीत
पुन्हा मायेचा हुंदका छाती खडकाची जात...
शब्द गार सृजनाचा वीर्य बर्फापरी थंड
महावाक्याला कुठून आग लागते अखंड?

भ्रम

बघ सूर्य बुडाया आला
अंधार दिसेना तुजला?
पणतीवर पणती जळता
भ्रम पडतो हाच जीवला...
मी घेऊ कुठले पाणी?
कोणत्या झऱ्यांचे पाझर?
गहिवरुनी येती जेव्हा
फुलबंधी दगडहि प्रस्तर...
मेंदूवर शालिन नखरा
हृदयाला तोलू बघतो?
जो मागे सरकत जातो
तो परतुनि भेटत नसतो..
बघ रंग सतीचे पार्थिव
जे सरणावरही फुलती
पण झुलतांना झोपाळा
मग मावळती फुलवाती...

सांध्यपर्वातील वैष्णवी/१९५

आकाश, अरबी मुली आणि तुर्की मुले

१.

Phsical form
of your poetry
and divine
hysteria of rhetoric
in your soul
is now sleeping like an
exhausted, motherless child.
Do you remember the
hunted death of that
trecherous, crimson, wise
bird? whose body was
never brought to its grave;
retriever had only a saffron
feather...

१९६/सांध्यपर्वातील वैष्णवी

२.

शिशिरातील बर्फाचे भाससंपन्न संभ्रम जसे
साधे असतात तसेच ते शैलीगर्भही असतात.
पांढरे पोपट, पांढऱ्या खारी व पांढरे उंदीर
ह्यांचे तळागाळातले सुतोवाच अकस्मात
वर येते; तेव्हा झाडे, पहाडे, दऱ्याखोऱ्याही निमूट सजतात.
एकाच
गल्लीबोळात एकाच कटाची मसलत होते. पुन्हा घनदाट...
मेंदुतुटल्या कुण्या कवीने म्हटलेय.
Every soul is a rhythmic knot.

३.

जाण्याच्या वेळेचे मंतरलेले दिवस, परतीची संध्यामयूर
वाट, पिसारा प्राणपणाने जपतात लोक, झडलेल्या
पिसाऱ्यातून सजत जातो आपल्याच पावलांचा धाक.
ते दूऽऽर असतील, इथून बर्फालाही, हृदयालाही
मिळत नाही राख, देवी! या झोळीतली भिक्षा याच
झोळीत टाक!

४.

तुरुंगातील तुर्की मुले/धर्मशाळेतील अरबी मुली,
उमलत्या स्तनांच्या, रक्तडाळिंबी वर्णाच्या, बर्फशीलाच्या
अरबी मुली, निसरड्या मांड्यांवर झरझर झगा
सोडणाऱ्या, तुर्की मुलांचा कोवळाभीषण तुरुंग
वरचेवर तोलणाऱ्या, अंतरिक्ष–अधांतर कुळीच्या पऱ्या...

सांध्यपर्वातील वैष्णवी/१९७

५.

पहाडधुंदीत वारा भणभण भटकणारा, फुलांसाठी
अत्तराची हत्त्या करणारा, जिवाचा कैवार खोडून
खोडून पाहणारा, तुरुंगधर्माच्या तळपायातून
शीळ घालणारा. आता त्यानेच घडवून आणावा
मुलामुलींचा अरबतुर्की संभोग; जात्यात
कोसळणाऱ्या धान्यात/पीठात उसळणाऱ्या
रक्तात, असे अंतर अलंकारतांना निद्रिस्त
पऱ्यांनाही येईल जाग.

६.

तुर्की मुलांएवढीच कोवळी; लालचुटुक; अरबी
मुलींसारखीच तरल प्रतिमांकित, प्रचंड शिला
तासल्यावर परमाणू एवढीच हिऱ्यांची आच...
तशी, तशीच, तेवढीच, तितकीच तुर्की मुले, अरबी
मुली, पुन्हा बर्फ सावरणाच्या प्रारब्धी निमित्ताने,
पांढऱ्या शुभ्र बर्फावरच शोधून काढतील, बर्फाच्याच
हृदयात कित्येक शतकांपूर्वी गाडून ठेवलेला सोन्याचा
दैदिप्यमान; लख्ख लख्ख प्रकाश; पिवळाजर्द.

७.

तसेही आंधळेपण येतेच संध्याकाळी; सावत्र आईची
वाट पाहणाऱ्या मुलासारखे; असे कसे होतात वीर्यदाते
पारखे? म्हणूनच स्वप्नांच्या सहाय्याने, बर्फवास्तवाच्या
न्यायाने, तरुंगधर्मशाळेच्या अंतरातच, तुर्की मुलांचे,
अरबी मुलींचे मी बांधू पाहतोय एक नवे अंतराळ;
शुभ्र, भीषण प्रकाशाच्या प्राक्तनाने पुन्हा डोळे जातील...
पण कदाचित वाढत जाईल, अंतस्थ, शुभ्रांध आंधळ्यांची
माळ... आंधळ्यांची माळ...